अनाहत

स्वाती चांदोरकर

मेहता पब्लिशिंग हाऊस

✆ +91 020-24476924 / 24460313
Email : info@mehtapublishinghouse.com
production@mehtapublishinghouse.com
sales@mehtapublishinghouse.com
Website : www.mehtapublishinghouse.com

◆ *या पुस्तकातील लेखकाची मते, घटना, वर्णने ही त्या लेखकाची असून त्याच्याशी प्रकाशक सहमत असतीलच असे नाही.*

ANAHAT by SWATI CHANDORKAR

अनाहत / कादंबरी

© स्वाती चांदोरकर

बी-२, ओम पुष्पांजली सोसायटी, वीरा देसाई रोड, अंधेरी (प.),
मुंबई – ४०० ०५८ ✆ ०२२-२६७६२९८६
प्रकाशक : सुनील अनिल मेहता, मेहता पब्लिशिंग हाऊस,
१९४१ सदाशिव पेठ, माडीवाले कॉलनी, पुणे – ३०.
अक्षरजुळणी : इफेक्ट्स, २१/६ब, आयडिअल कॉलनी, कोथरूड, पुणे ३८.

मुखपृष्ठ : सतीश भावसार
प्रथमावृत्ती : जानेवारी, २०१६

ISBN For Printed Book 9788184989458
ISBN For E-Book 9788184989465

श्री. पंडित हिंदराज दिवेकर,

सप्रेम नमस्कार.

एक राजा आणि त्याचा राजपुत्र! साधारणतः असं समजलं जातं की, जो पंथ- जो पाथ एका घराण्याचा असतो, त्या घराण्यातले पुत्र तो पंथ- तो पाथ पुढे नेणार.

जसं ब्राह्मण म्हणजे विद्यादान, क्षत्रिय म्हणजे राज्यरक्षण... अर्थात हे पूर्वी अलिखित नियमाप्रमाणे पाळलं जायचं, गृहीत धरलं जायचं आणि तद्वत त्या घराण्यातल्या पुढच्या पिढीस शिक्षण दिलं जायचं.

पण प्रत्येक मूल सारखं कसं असणार! त्या मुलाच्या काही ना काही वेगळ्या इच्छा असू शकतात...

असा विचार करता करता मला हा विषय सुचला आणि लेखनाला प्रारंभ झाला. मला वीणा या वाद्याची पूर्ण माहिती आवश्यक वाटू लागली. तुमचा संदर्भ मिळाला आणि मी तुम्हाला भेटायला आले.

ती भेट आजही जशीच्या तशी स्मरणात आहे. तुम्ही 'वीणा'या वाद्याबद्दल दिलेली माहिती, तुमचं त्यातलं ज्ञान आणि प्रेम! आणि मग माझं भाग्य थोर की, तुम्हाला प्रत्यक्षात बघायला आणि ऐकायला मिळणं.

वीणा अशी असते? वीणा अशी वाजते? बैठक अशी घ्यावी लागते? सूर असे तयार झाले?

माझ्यासाठी हे सर्व नवीन होतं आणि मी अचंबित होत होते. इतका ज्ञानाचा साठा आणि तरीही तुमची लीनता, सहजता फार भावली.

तुमच्या सहकार्याशिवाय ही कादंबरी पूर्ण झाली नसती.

हा अनाहत नाद तुम्हाला अर्पण!

– स्वाती

एक

त्या माझ्या दालनात मी एकटाच असतो. नक्षीदार, कोरीव काम केलेली ही चौकट आणि त्यात बसवलेले तावदान मला दालनाच्या बाहेरील दृश्य अव्याहत दाखवत असतं. भव्य कारंजं अहोरात्र, मला जाण आल्यापासून, मी ते नाचताना बघत आलो आहे आणि सुरेख फुलांचे ताटवे... सर्व काही देखणं... चंद्र जेव्हा पूर्ण असतो, तेव्हा त्याचं प्रतिबिंब कारंजाच्या सरोवरात चमचमत असतं. मी एकटाच असतो.

दालन भव्य आहे. असणारच. राजाचा राजवाडा भव्य नसेल असं कधी ऐकलं आहे? एका दालनापासून दुसऱ्या दालनात जाण्यासाठी... मला जावं लागत नाही. मी इथंच असतो. अगदी कायमच इथं होतो, असं मात्र नाही.

राजाचा पुत्र-राजपुत्र! माझ्या जन्मानं राज्यात खचितच आनंदोत्सव साजरा झाला असणार. एवढा बलाढ्य राजा- राजा क्रांतिसेन- शूर, प्रगल्भ, दूरदृष्टीचा, जनतेसाठी दयाळू, मोठा पराक्रमी... अशा राजाला पुत्ररत्न... मग आनंदोत्सव साजरा होणारच! आणि अशा या पुत्ररत्नाचं नामाभिकरण चारही दिशांनी चौघड्याच्या, सनईच्या, स्वरांनी, पुष्पवृष्टींनी नगर सजवून घोषित केलं असणारच. राजपुत्र-राजकुमार-क्रांतिवीर! आणि राजामाता उत्कर्षदेवी धन्य धन्य झाल्या असणार.

ते माझं बालवय कसं, कधी सरलं? कल्पना नाही आणि आता या वयात ते आठवणं हेही शक्य नाही. अंधूक गोष्टी मात्र आठवतात.

कुठल्या वयापासून आईपासून दूर राहू लागलो की दूर राहावं लागलं? ते वय आठवत नाही; पण एवढ्या मोठ्या दालनात एकट्याला झोप लागायची नाही. तावदानातून वृक्षांच्या पर्णांच्या सावल्या वेड्यावाकड्या डोकावायच्या. मिट्ट काळोख दालनातला आणि त्या नाचणाऱ्या सावल्या, भय वाटायचं. दासी कुठं पायांपाशी निजलेली... की कुठं? नाही आठवत. आठवतं ते एकच. धाव घेतली आणि आईच्या दालनाशी पोहोचलो होतो. पहारेकरी अडवत होते आणि मी ओरडत होतो,

“आईकडे जायचंय, आम्हाला आई हवी,” दालनाचं मोठं जाड दार उघडलं गेलं आणि मी आईच्या कुशीत शिरलो. शांत झोप लागली; पण ती शांत झोपेची त्या वयातली शेवटची रात्र ठरली.

“युवराज क्रांतिवीर... काल रात्री जे घडलं ते शेवटचं. आता तुम्ही मोठे झाला आहात. तुमच्यासाठी स्वतंत्र दालन आहे. सेवेला दास-दासी आहेत, युवराज तुम्ही राजपुत्र आहात आणि राजपुत्र असे भयग्रस्त होत नसतात. राजमाता उत्कर्षादेवी या तुमच्या माता जरूर आहेत; परंतु शूर राजपुत्राला असं वागणं शोभत नाही. याउपर असे पुनश्च घडता कामा नये...”

मला तेव्हा काही समजलं का? नाहीच बहुतेक. समजलं एकच की, मला आईकडे जाता येणार नाही. आई काहीच म्हणाली नव्हती.

मी रडलो? मी क्रोध केला? मी उदास झालो? ते वय या भावनांना ही नावं आहेत, हे जाणवण्याचंही नव्हतं. रडलो खूप – हे आजही आठवतं. मग दायीच आई बनली. पर्णछाया म्हणजे वृक्षांचं आनंदानं डोलणं– म्हणून त्या छाया डोलतात. आनंद व्यक्त करतात. आनंद असा असतो? दायी सुरेख गायची, असं मी आज म्हणू शकतो; कारण ती मला निजवताना गाऊ लागली की मीही डोलायचो. आनंद असा सांगायचा असतो? ती खूप हसायची. मला जवळ घ्यायची. माझ्या केसांवरून, चेहऱ्यावरून हात फिरवायची. तीही डोलू लागायची. आनंदाचा स्पर्श असा असतो?

आज इतका निर्मळ स्पर्श मिळेल? दायीला जाऊन किती वर्षं झाली? तिला या राजवाडा, की राजमहाल? राजमहालच; सगळे राजमहालच म्हणतात... तिला या राजमहालातून निघून जाण्याची आज्ञा झाली होती. आठवतंय आजही. तिचा गुन्हा कोणता होता? ती राजपुत्राला फार प्रिय होती, हा? राजमाता उत्कर्षादेवी आणि राजा क्रांतिसेनपेक्षा या युवराजाला तिचा लळा जास्त होता हाच तिचा दोष, गुन्हा.

तेव्हा पुन्हा एकदा हा क्रांतिवीर रडला होता.

“युवराज कधी रडत नसतात.”

“दाईमाँ...”

“हेच शिकवलं का मी तुला? तुला नाही म्हणायचं, विसरलेच. तुम्हाला?”

“नाही, दाईमाँ. तुलाच म्हण. मी कित्ती लहान आहे, आणि...”

“मी नाही. आम्ही म्हणा.”

“पण माझ्याबरोबर खेळणारे मित्र, ते स्वतःला ‘मी’च म्हणतात.”

“तीच तर चूक झाली युवराज. तुम्हाला सामान्य मुलांबरोबर मी खेळू दिलं. ती सामान्य मुलं आहेत. तुम्ही युवराज आहात.”

“सरदार राणासिंगचा मुलगाही सामान्य?”

“होय.”

"पण,"

"नीट राहा. शहाणे व्हा. राजांचं, राजमातांचं ऐका. आता तुम्ही गुरुकुलातही जाणार, तर गुरूंचंही ऐका आणि मोठे शूर वीर व्हा."

"भेटणार नाहीस आता?"

"ईश्वराची मर्जी."

माझं सुरेल दालन सुनं सुनं झालं. तशा राजमहालात मैफली व्हायच्या; पण तिथं मला जाण्यास मनाई होती. ...पण सुरेल स्वर मात्र अगदी दूरवरून ऐकू यायचे. ते स्वर काही वेगळीच ओढ लावायचे. जीव कासावीस व्हायचा. 'जीव कासावीस होतो' असा वाक्प्रचार तेव्हा- त्या वयात मला माहीत नव्हता. कालांतरानं कधीतरी समजला... जेहेरुन्निसाच्या सान्निध्यात. ती म्हणायची, 'जी घबराता है।' माझाही जी नाही – जीव घाबरायचा, कासावीस व्हायचा – ती जेव्हा एक सुरेल लकेर घ्यायची तेव्हा!

पण त्या वयात ही लकेर असते, तान असते, हे काही समजायचं नाही. ते आर्त सूर अस्वस्थ करायचे. अस्वस्थ होणं हे असं असतं? ...तेव्हा माहीत नव्हतं. माझ्या भल्या मोठ्या दालनात, ऐसपैस पलंगावरच्या पिसांच्या बिछान्यावर मी एकटा ते सूर ऐकण्याचा प्रयत्न करत राहायचो.

अगदीच एकटा होतो असं नाही; रोज पहाटे कुणी दुसरीच दासी पलंगपोसापाशी तबक आणि ऊन पाणी घेऊन यायची. मुखप्राशन तिथंच करायचं आणि मग केशरदुधाचा चांदीचा पेला हातात यायचा. दुधाच्या उष्णतेनं पेला तापलेला असायचा. नक्षीदार रुमाल हातात घेऊन मग पेला घ्यायचा. दाईमाँ होती तेव्हा तिची ओढणी माझ्या तळव्यांना त्या उष्णतेपासून वाचवी. दाईमाँ गेली आणि ती मायेची ओढणीसुद्धा...

मग सर्व काही हुकमानुसार आवरायचं आणि महाराणी उत्कर्षदेवीच्या दर्शनाला जायचं. अप्रतिम लावण्य होतं महाराणींचं, हे नंतर नंतर जाणवू लागलं; पण त्या वेळी तर महाराणी म्हणजे एक सुरेख चित्र असावं, अथवा सरोवराच्या एका कडेला उभारलेला जो पुतळा होता– एका स्त्रीचा, त्या कलाकाराचं कौतुक झालंच असणार ज्यानं तो पुतळा घडवला, मानसन्मानही मिळाला असणार तबकातून... -महाराणी तशा दिसायच्या. सजलेल्या, आखीवरेखीव... जवळ घेतलं त्यांनी की त्यांचे जडजवाहिर टोचायचे गालांना. मी दूरच व्हायचो. दाईमाँच्या कुशीत कधी काही टोचायचं नाही.

"वंदन करायचं विसरलात क्रांतिवीर!"

"वंदन."

"या, असे, इथे या."

"देवीमाँ... काल रात्री कोण गात होतं?"

"आपल्या दरबारातले गायक. तुम्ही ऐकत होतात?"

"ऐकू येत होतं."

"हे योग्य नाही. आपलं हे वय गाणी ऐकण्याचं नाही."

"देवीमाँ, आम्हाला ते गायन आवडलं."

"युवराज, तुम्ही आता लवकरच गुरुकुलात जाणार. तिथं तुमचं शिक्षण होणार. सर्व कलांत तरबेज व्हायचं आहे तुम्हाला."

"कला म्हणजे काय?"

"तलवार, दांडपट्टा, घोडेस्वारी, अर्थशास्त्र, राज्यशास्त्र.. असं बरंच काही ज्ञान अवगत करायचं आहे. या राज्याचे एकुलते एक वारस आहात तुम्ही. नवस, उपवास करून प्राप्त झाला आहात आम्हाला. राजेमहाराज फार आशा लावून आहेत की, या राज्याचा कारभार तुम्ही समर्थपणे सांभाळाल! सांभाळणार ना? नव्हे, सांभाळावा लागेल. राजपुत्र आहात तुम्ही!"

"देवीमाँ, आम्हाला काहीच समजलं नाही."

"समजेल. जसजसे मोठे व्हाल, तसतसं समजेल सर्व काही. चला, आता राजेमहाराजांना वंदन करायला जायचं आहे."

"जी."

"दास ऽऽ सरकारांना खबर द्या. आम्ही येतो आहोत."

"देवीमाँ, वडिलांना, आईला भेटायला जायचं तर आधी खबर का द्यावी लागते? राणासिंगचा मुलगा परीक्षित आहे ना, तो तसाच जातो, खबर न देता."

"युवराज, हीच तर तफावत आहे. राणासिंग सरदार आहेत. त्यांची रीत आणि महाराजांची रीत यात तफावत असणारच. त्या दाईमाँमुळे, माँ का म्हणतो आहोत आम्ही, त्या दाईमुळे तुम्हाला ही तफावत समजत नव्हती. राजपुत्रानं एका राजपुत्रासारखंच असायला हवं; सरदारपुत्रासारखं नाही."

"आपली प्रतीक्षा होते आहे महाली."

"चला."

"वंदन."

"शुभाशीर्वाद. आज देर लागली."

"जी. युवराजांशी काही बातचीत चालू होती."

"काही खास?"

"महाराजांची रीत कशी असते हे शिकवत होतो."

"युवराज, महाराज-राज्य-जनता-शत्रू-मित्र – असं सर्वच शिकायचं आहे तुम्हाला. पण एवढं शिकून थांबायचं नाही. हे राज्य आणखीन कसं वाढेल, रयत

राजावर कसा विश्वास ठेवेल, राजानं रयतेचं मन कसं जिंकायला हवं... असेही काही मुद्दे असतात आणि काही दिवसांतच आपल्याच राज्यात असलेल्या एका गुरुकुलात तुमची पाठवणी होणार आहे.''

''म्हणजे मी तिथंच...''

''मी नाही, आम्ही म्हणायचं.''

''हो. विस्मरण झालं. आम्ही तिथंच राहायचं?''

''तशी प्रथाच आहे आपल्या घराण्याची. आम्हीही असेच गुरुकुलात राहिलो, शिकलो आणि जेव्हा परतून आलो, तेव्हा हे साम्राज्य सांभाळण्यास लायक झालो होतो. आजपर्यंत अनेकदा तुम्ही हे भव्य तैलचित्र बघितलं आहेत. हे आमचे पिताश्री, हेही तुम्ही जाणता. त्यांचे पराक्रम आजही वाखाणले जातात. आपल्या राज्यावर शत्रूंनी स्वारी केली, रयतेला तकलीफ दिली, अत्याचार होऊ लागले आणि पिताश्रींनी तलवार हाती घेतली. भयभीत झालेली रयत मोठ्या हिमतीनं पिताश्रींच्या सहकार्यास धावली आणि त्यांच्या पराक्रमानं शत्रूचा नायनाट झाला. इतकंच नव्हे, तर आपलं राज्य बळकावण्यास आलेल्या शत्रूचं राज्य बळकावून पिताश्री राज्याच्या सीमारेषा विस्तारून परतले. आज या राज्यावर जे आमचं आधिपत्य आहे, ती त्यांचीच मेहेरबानी आहे राजे.''

''जी.''

''राणी उत्कर्षादेवी,''

''राजेमहाराज...''

''आज आपण इथंच फराळ करू.''

''जी... दासऽऽ दासीला खबर द्या, तबकं इथंच आणा...''

खूप आशा होत्या माझ्याकडून सर्वांच्या. हे इतकंच तेव्हा समजलं की, मी काहीतरी करून दाखवावं– याला अपेक्षा असं म्हणतात? होय. तेव्हा नाही समजलं, पण...

कधीतरी हा राजमहाल सोडून मला कुठंतरी जायचं आहे, जावं लागणार आहे. मला माझं असं काहीच नव्हतं.

दाईमाँ बागेत घेऊन जायची- राजमहालातल्या बागेत. पण बाग इतकी मोठी होती... आजही आहे; आज तशी फुलं मात्र नाहीत. खुरटलेली झाडं... झोपाळा नाही, झुला म्हणायची जेहेरुन्निसा– झुला झुलत असायचा. राजमहालात एक गावच वसलं होतं. जे जे काही राजमहालात हवं असेल, ते ते त्या गावात मिळायचं. राजमहालाच्या तटाच्या आत वसलेलं गाव. सरदारांची मुलं, शिपाई, विणकर, धनगर, दास-दासींची... सर्वांची मुलं बागेत यायची आणि एकच कल्ला व्हायचा.

मलाही तिथं जायचं असायचं. मी हट्ट करी, रडे आणि मग दाईमाँ मला तिथं नेई. ती लपवून न्यायची का मला? आणि म्हणूनच तिला... मी पुन्हा बघू शकलो नव्हतो गुरुकुलात जाईपर्यंत.

पण ती बाग अजूनही माझ्या मनात आहे. तिथं मी कुणी राजपुत्र नसायचो. धुळीत, मातीत धडपडताना, धक्काबुक्की करताना मुलांना कुठं कळतं की हा राजपुत्र आहे? दाईमाँ ओरडायची सर्वांना. त्या मुलांच्या माँही ओरडायच्या त्यांना. आणि ती मुलं मग आपापल्या माँला मिठ्या मारायची.

संध्याकाळ होती. माझे कपडे नुसते माखलेले होते. दाईमाँ सांगत होती की 'स्वच्छ व्हा, मग देवीमाँना भेटा,' पण मला तसंच जायचं होतं. मलाही आईला मिठी मारायची होती. आई हा शब्द कुणाकडून शिकलो? कोण अशी आई म्हणून हाक मारायचं? नाही आठवत, पण मी धावलो. 'आईऽऽ' म्हणत तिच्या दालनात गेलो आणि तिला घट्ट मिठी मारली. तिचा कमरबंध टोचला; पण मला ते टोचणं तेव्हा आवडलं. तिचे हात मला जवळ घेत होते की नव्हते, हेही भान नव्हतं. माझी नजर तशीच सरळ आणि मला दिसले राजेपिताश्री. त्यांच्या नजरेत फक्त ठिणग्या दिसल्या.

भाजणं असं असतं का? त्या वयात नाही कळलं... पण आजही क्वचित त्या दोन ठिणग्या भाजून काढतात.

ज्वाळा बघितल्या तेव्हा ती धग सहन झाली नव्हती. खरं तर 'दहा वर्षांच्या पोराला रणांगणावर न्यायची आवश्यकता होती का' असा प्रश्न कुणी विचारला असेल का राजा क्रांतिसेनांना? असेल-नसेल. राजा क्रांतिसेनाचा पुत्र – राजपुत्र क्रांतिवीर! तो आणि लढाईला भिणार? भीत असला तरी त्यानं भीता कामा नये. पुढच्या जीवनाच्या प्रवासात त्यालाही अशा लढायांना सामोरं जावं लागेल, तर त्याची तयारी आत्तापासूनच व्हायला हवी... असं काहीसं असेल तेव्हा?

रणांगणावर दुमदुमणारे शंख, तलवारी, भाले, हत्ती, घोडे आणि अव्याहत आरोळ्या! ते दहा वर्षांचं पोर कुठे लपून राहणार? घोड्यावर मांड टाकायची? खोगीर मांड्यांची सालं सोलवटून टाकायचं. तरीही, रडायचं नाही. शूर पुत्र! रडणार कसा? आणि दिवस उताराला लागता लागता युद्ध थांबल्याचा निनाद. शंखनाद! आणि मग पेटायच्या अनेक ज्वाळा. रात्रभर धगधगत असायच्या. पहाट होऊ लागली तरी चिता शांत व्हायच्या नाहीत.

का? कशासाठी हे सारं? दहा वर्षांच्या राजपुत्राला हा प्रश्न सतावत राहायचा आणि राजा क्रांतिसेन यशाच्या आनंदात जल्लोष व उत्सव साजरा करायचा. परीक्षितही या आनंदात आपल्या वडिलांसोबत सामील व्हायचा. मग मीच असा का होतो? मी वेगळा का होतो? मी रक्त का नाही पाहू शकायचो? विजयाची धुंदी मला

का नाही चढायची?

धुंदी अशी असते? इतरांच्या जिवांची पर्वा न करणारी?

"या. युवराज. असे इथे या."

"वंदन!"

"हे रणांगण बघत आहात? जाणीवपूर्वक आणलंय तुम्हाला. शत्रूला नामशेष कसं करायचं हे प्रत्यक्ष बघण्याचं भाग्य लाभलं तुम्हाला! नशीबवान आहात! राणासिंग, आम्ही जेव्हा युवराजांच्या वयाचे होतो, तेव्हा आमच्या पिताश्रींनी संधी असूनही आम्हाला रणांगणावर नेलं नाही. आम्ही फार हट्ट केला, जिद पकडली; परंतु ते अचल राहिले. आम्हाला ते आमचं मोठं नुकसान वाटलं. मोठी हार होती ती आमची. त्यानंतर आम्हाला गुरुकुलात पाठवण्यात आलं. आठ वर्षं! आठ वर्षं तिथं होतो आणि जे परतलो... तुम्ही जाणताच!"

"जी राजे सरकार."

"ख्वाहिश होती, आमच्या पुत्राला रणांगण, युद्ध अनुभवायला मिळावं आणि... आणि हा योग – योगच... खानाला आत्ताच कुरापत काढाविशी वाटावी? ग्वाल्हेरचा हा सम्राट म्हणजे काय समजला खान? सहजी हरवता येईल या क्रांतिसेनाला असं?"

"हंऽऽ!"

"राणासिंग, हे शक्य होतं, हे यश शक्य होतं ते तुमच्यासारख्या सरदारांमुळे आणि हेच आम्हाला आमच्या युवराजांना दाखवायचं होतं. लढाई अशी लढली जाते... यश असं मिळतं... राज्य असं सांभाळलं जातं, वाढवलं जातं... आता राजपुत्र गुरुकुलात जातील तर अनुभव घेऊन जातील."

"जी."

"चला युवराज. आज काफी झालं. आता परतायचं राजमहाली..."

"आज काफी झालं? म्हणजे? काय सांगायचं होतं त्यांना? मला समजत होतं, पण मन समजून घ्यायला तयार नव्हतं."

काही अंतरावर तुटके, फाटके डेरे पडले होते. कनाती अर्धवट जळलेल्या दिसत होत्या. शामियाने दिसत होते लांबवर. कंदील जळत होते, उदासपणे.

हे सर्व आजही डोळ्यांसमोर आहे. जसंच्या तसं. विसरता येण्यासारखं नव्हतं. नाहीच. इतक्या चिता, इतका आक्रोश प्रथमच ऐकला होता आणि अजून एक गोष्ट प्रथमच ऐकली होती.

काय होते ते सूर? कुठून उमटत होते? किती आर्तता होती! कोण इतकं का दुःखी होतं? लढाई संपली होती. जय झाला होता. म्हणजे ते सूर पराजितांचे होते?

पराजित माणूस गाऊ शकतो? नाही. हा कुणी वेगळा असावा. कुणी अलग – दोन्ही बाजूंकडून वेगळा – अकेला... त्याचा तो!

सूरांपाठोपाठ का नाही गेलो तेव्हा? जाणं शक्य नव्हतं. पहारेकरी होतेच ना! चिताही होत्या. रात्रही होती. यशाची नशाही होती आणि तो आणि मी आम्ही दोघं आमचे आम्ही होतो... एकटे एकटे, पण तरी जोडलेले. रणांगणावर जावं लागल्याचं दुःख त्या क्षणी विसरलं गेलं आणि रणांगणावर आल्यामुळेच ते सूर मिळाले... क्या सही..? क्या गलत..?

मोठ्या जल्लोषानं स्वागत झालं होतं. महामार्ग फुलांनी डवरला होता. जन नटून सजून प्रिय राजाचं स्वागत करण्यासाठी महामार्गावर उभे होते. नगारा, सनई वाजत होती आणि राजा क्रांतिसेन आणि राजपुत्र क्रांतिवीर हत्तीच्या अंबारीत बसून राज्यात प्रवेश करत होते.

राणी उत्कर्षादेवी, राजमाता स्वतः महालाच्या दिंडी दरवाजात तबक घेऊन उभ्या होत्या. पन्नास दिव्यांनी राजा क्रांतिसेनांना ओवाळण्यात आलं होतं. आतशबाजीनं संपूर्ण महाल दुमदुमला होता.

तसा पुन्हा दुमदुमला होता का? आठवत नाही, पण नसावाच.

तशा बऱ्याच गोष्टी धूसर झाल्या आहेत. ठळकपणे आठवतं ते– पण आठवायला लागतच नाही. विसरलेल्या गोष्टी आठवायला लागतात.

यादें तो साथ में ही होती है। पलक झपकाना और उन्हें नजरों के सामने ले आना! बस! काफी है। और फिर मुकरर करते जाना... करतेही जाना...

दोन

"दिवा लावायचा आहे..."

"नको. आज अंधार चांगला वाटतो आहे."

"राजमातांची आज्ञा झाली आहे..."

"चित्रा, देवीमाँना वंदन सांगा. आज आमची तबियत नाही भेट घेण्याची..."

"राजेजीऽऽ"

"चित्रा, आम्ही राजेजी नाही. साधा सरळ माणूस आहोत... जाऊ दे... तू ये आता..."

राजमाता उत्कर्षादेवी आता आपल्या महालातच असतात. राजे क्रांतिसेन आजही त्या राजमहालाचे पालक आहेत. या तटबंदी आणि आतलं गाव आजही तसंच आहे. कदाचित बदललं असेलही. परीक्षित मोठा सरदार झाला आहे; पण हे राज्य...

महाल सोडून जावंच लागलं होतं आपल्याला. गुरुकुलात, कुठंतरी दूर. खूप प्रवास करत... राज्याच्या एका टोकाला... मेणा, पालखीतून प्रवास करत, तर कधी घोड्यावरून वाट तुडवत... पोहोचलो होतो. मला दिसतोय आत्ताही तो दहा-अकरा वर्षांचा कोवळा राजपुत्र क्रांतिवीर...

या माझ्या दालनातून दिसतोय. या भव्य काचेतून दिसतोय. त्या चंद्राच्या सौम्य प्रकाशात दिसतोय – तो एक लहानसा जीव. भेदरलेला, एकटा. त्या आश्रमातल्या झोपडीत गुडघे घट्ट छातीशी धरून आक्रंदणारा – उबेसाठी, आधारासाठी आधार शोधणारा...

***

पहाटेच घंटा वाजू लागली. आम्ही गोंधळलो होतो. घंटा आणि राजमहालात? कधी झोप लागली होती? झोपेतून जागे होत होतो की जागेपणी झोपलो होतो? घंटा अजूनही वाजतेच आहे. कुठे आहोत आम्ही? कोणत्या मंदिरात? अंगाखालची मऊ मुलायम गादी कुणी खेचून नेली? जाजम? आम्ही जाजमावर झोपलो होतो? हे स्वर कसले? कुठली प्रार्थना?

ॐ भूर्भुव स्वः
तस्य वितुर्वरेण्यम्
भर्गो देवस्य धीमही
धियो योनः प्रचोदयात्
ओम शांतीः शांतीः शांतीः ॥

"क्रांतिवीर, गुरुजींची आज्ञा झाली आहे."

"गुरुजी?"

"होय, मंदिराजवळच्या कुटीत आहेत ते."

गुरुकुल! झोप पूर्णतः उघडली. आम्हीसुद्धा एका कुटीतच होतो. कालच संध्याकाळी इथं दाखल झालो होतो. गुरूंची भेट झाली नव्हती आणि आता आज्ञा झाली होती. राजमहाल खूप मागे राहिला होता.

"गुरुजी!"

"ये क्रांतिवीर, बैस. असं नाही; आधी नमन करावं आणि ते आसन घेऊन मग त्यावर बसावं."

"नमन."

"ठीक. तर या गुरुकुलातली आजची तुझी ही पहिली पहाट. तुझं इथं स्वागत आहे. मी तुझा गुरू. गुरूला नाव नसतं. म्हणजे असलं तरीही 'गुरू' हेच त्याचं कर्म, कर्तव्य आणि जीवन.'

"आम्ही समजलो नाही."

"'आम्ही' असं इथं म्हणायचं नाही. इथं सगळेच शिष्य आहेत. अगदी 'गुरू' असून मीही शिष्यच आहे. कारण ही प्रकृती नित्य नवं ज्ञान देत असते. 'मी' म्हणावं. 'आम्ही'मुळे आपण स्वतःला विनाकारण इतरांपेक्षा उच्च समजतो. 'आम्ही' अहंकार दर्शवतो. 'मी' लीनता दर्शवतो."

"जी."

"जी नाही. आज्ञा म्हणावं."

"आज्ञा!"

तो मुलगा अगदी गोंधळून गेलेला आत्ताही दिसतो आहे मला. या महालात लहानपणापासून शिकवण्यात आलं की 'आम्ही' म्हणायचं. त्याची इतकी आदत झाली आणि आता पुन्हा नव्याने आम्ही म्हणायचं नाही अशी आदत लावून घ्यावी लागणार. पण... जाऊ दे. तो गोंधळला होता; पण सावरलाही. या महालाने– आज्ञा झाली की ती पाळायची, सवाल करायचे नाहीत – हेच तर त्या बालमनावर ठसवलेलं होतं. तो सावरला.

''आन्हिकं आटोपून घे आणि फराळाला ये. श्रेभ्य ऽऽ!''

''आज्ञा.''

''श्रेभ्य, क्रांतिवीराला आश्रमाच्या सोयींची आणि वचनांची ओळख करून दे आणि नंतर तुम्ही सगळे भोजनालयात जमा. मी तिथेच भेटेन.''

''आज्ञा!''

''अं? आज्ञा!''

''त्याच्या आत वेगळा प्रवास सुरू झाला होता. हे जीवन भिन्न होतं आणि ते त्याने स्वीकारायचं होतं. त्यानं स्वीकारलं. आज बऱ्याच कालावधीनंतर त्याचा तो प्रवास मी बघतो आहे. आता अगदी अखंड बघणार. बघायचा आहे. आसुसलो आहे. तो प्रवास. तो प्रवास ऽऽ...

तो निघालाय श्रेभ्यबरोबर... आता मी फक्त बघणार...!''

''क्रांतिवीर, होय ना?''

''होय. श्रेभ्य?''

''हो. गुरुजींनीच ठेवलंय माझं नाव.''

''छान आहे. आम्हीही श्रेभ्यच म्हणू?''

''म्हण की.''

''खूप मोठा आश्रम आहे...?''

''होय.''

''आम्ही इथं... चुकलो. मी इथं राहणार म्हणजे...''

''खूप शिष्य आहेत इथं. भेटतील भोजनालयात. ही बावडी. इथं आन्हिक उरकून घे.''

''म्हणजे?''

''अंघोळ, स्नान...''

''इथं, उघड्यावर? गार पाण्यानं?''

"होईल सवय. तू आवर. तोपर्यंत मी माझा कार्यभाग उरकून घेतो."

"आज्ञा."

"शिष्य मित्र असतात आणि मित्र मित्रांना आज्ञा देत नाहीत."

प्रथमच उघड्यावर स्नान? आणि तेही विहिरीतून पाणी ओढून घेऊन! छान वाटलं. थंड पाण्याची एक शिरशिरी अंगभर पसरली. सहज नजर वर गेली तर डेरेदार वृक्षांच्या पानांनी डोक्यावर छत धरलेलं दिसलं. राजाच्या शिरावर भालदार-चोपदार छत्रं धरतात, सेवक छत्रं धरतात. त्यापेक्षा कितीतरी सुरेख हे छत्रं वाटलं आणि हळूहळू अंगावरून वाहणारं, ओघळणारं थंडगार पाणी मला एकेका रिवाजातून मुक्त करत गेलं. मी इथं राजपुत्रं नव्हतो. कुणीही सेवक, दास-दासी इथं माझ्या दिमतीला नव्हते. शिष्टाचारांचं जोखड मानेवर नव्हतं. मी हसू लागलो आणि मी हसतच सुटलो, अगदी मोठ्यांदा, मनास येईल तेवढं, पोट दुखेस्तोवर. माझ्या हसण्याच्या लयीत निसर्गही सहभागी झाला. अनेक पक्ष्यांचे अनेक मंजूळ स्वर कानी पडू लागले. मी शहारलो. आनंद! आनंद असा असतो? हो, मला आनंद समजला, मला हास्य समजलं, मला मोकळा श्वास समजला आणि नकळत कंठातून काही स्वर आले माझ्या... त्याला स्वर, सूर म्हणायचं? माहीत नाही, पण काहीतरी, पाण्यावरच्या तरंगांप्रमाणे, तरल...! महालातल्या मंदिरात पुजारी पूजा करताना काही असंच म्हणत असतो. ही तीच तान आहे का? मनात नकळत ठसलेली...

"क्रांतिवीर, गुरुजींची आज्ञा झाली आहे..."

"येतोच."

"ही वस्त्रं. तुझ्यासाठी."

"मीसुद्धा..."

"हो."

"खूब! त्याशिवाय मी तुमच्यातलाच एक आहे, असं वाटणार नाही. चल."

छान वाटत होतं. मोकळं. इथं मी काय पेहराव करायचा हे सांगणारं कुणीही नव्हतं, सक्ती नव्हती आणि या वस्त्रांना पेहेनकर सक्ती वाटत नव्हती; मुक्ती वाटत होती. राजमहाल सोडताना खूप रडू येत होतं. देवीमाँचा हात सोडवत नव्हता.. पण जेव्हा तिनंच हाताची पकड सैल केली तेव्हा...!

आणि आता, दोन प्रहरही पूर्ण झाले नाहीत तर सर्व पकडीतून सैल झालो आहे. जीवनाचा हा प्रवाह – प्रवाह असा असतो? मागचं मागे टाकत पुढे जात राहणं?

कुठून कुठं आलो आहे मी. राजमहालापासून कित्येक कोस दूर आणि मनानंही दूर आलो आहे. कित्येक कोस!

''न्याहरीला सुरुवात करण्यापूर्वी श्लोकपठणास सुरुवात होऊ द्या. जे शिष्य नवीन आहेत, त्यांनी नमस्कार करून उभं राहावं... आरंभ...ऽऽऽ!
ओमऽऽ
द्रोह शांतीः
आंतरिक्ष शांतीः
ऋदिवे शांतीः
आपः शांताः
औषधय शांतीः
वनस्पतय शांतीः
विश्वेदेवाः शांतीः
तामस शांतीः
क्रोधः शांतीः
ब्रह्मः शांताः
सर्व शांतीः
शांतीदेव शांतीः
सामः शांती भेभीः।।
ओमऽऽ।।

किती छान वाटलं. भरून आल्यासारखं. एक लय अंगभर... लय अशी असते? असते. नाही तर मला असं डोलल्यासारखं वाटलंच नसतं.

''फराळाला सुरुवात करा.''

हा फराळ? ही काळी काळी फळं आहेत? मला राजमहालातलं तबक आठवलं. चांदीचं, नक्षीकाम असलेलं. त्यावर मखमली, वेलबुट्टी असलेला रुमाल आणि त्यावर चांदीचे वाडगे. खीर, बदाम, काजू, मिठायांनी भरलेलं. निरनिराळी फळं आणि केशरदूध!

''क्रांतिवीर, कसला विचार करतो आहेस?''
''गुरुजी. नाही...''

"कल्पना आहे मला. पण बाळ, इथं हा असाच फराळ असतो. निसर्गानं बहाल केलेला. ही कंदमुळं आहेत. यांची गोडी वेगळी आहे. प्रथमतः तुला गोडी लागणारही नाही, परंतु कालांतरानं... प्रत्येक पदार्थाला त्याची अशी चव असते. आपली रसना प्रत्येक चवीसाठी सुयोग्य बनवली गेली आहे. आवड-निवड हा नंतरचा भाग; परंतु चव घेतली तर आवड-निवड करता येते आणि या निसर्गानं जे जे म्हणून निर्मित केलं आहे, ते ते सर्व मानवाच्या उत्कर्षासाठीच. प्रत्येक पदार्थाचे गुणविशेष मानवास पूर्ण करत असतात. मग निसर्ग जर मानवासाठी, जीवनमात्रासाठी कष्ट घेत असतो, तर आपणही त्याच्या कष्टांस न्याय द्यायला हवा! तुझ्या राजवाड्यातला फराळ जसा पोषक, तसाच हा इथलाही! घे!"

"आज्ञा."

मी श्रेभ्यकडे बघत होतो. ही फळं खातात तरी कशी? श्रेभ्य माझा गुरू बनला. दाईमाँ सांगायची, आपण जे शिकतो कुणाकडून तरी, तेवढ्यापुरती ती व्यक्ती आपली गुरू!

आज संपूर्ण दिवस हा आश्रम बघायचा आणि दुसरं काहीच करायचं नाही. एकट्यानं बघायचा... गुरुजींची आज्ञा झाली तशी. 'आणि भोजनाच्या वेळेस पुन्हा भोजनगृहात हजर व्हायचं,' असंही... मी निघालो...

दाट रान, अरण्य, वन शब्द अपुरे पडतात आणि दृश्य डोळ्यांत मावत नाही. ही एवढी झाडं? वाट कशी फुटते? आणि कसला गंध हा? राजमहालात धूप जाळला जायचा, अत्तराचे फाये बनवले जायचे. तो गंध आणि हा गंध! हा गंध वेगळा आहे. ओला, दमट, तरीही मादक! 'मादक' हा शब्द ऐकला होता. राजमहालात कुणी नृत्यांगना आली होती. राजेपिताश्रींनी मान्यवरांना आमंत्रित केलं होतं. देवीमाँ जरा जास्तच सजल्या होत्या आणि दरबारात परदानशीन होऊन बसल्या होत्या. दाईमाँ सर्व वर्णन करून सांगत होती आणि नृत्यांगना आल्यावर दाईमाँ आम्हाला घेऊन आमच्या दालनात गेली. आम्ही हट्ट धरला होता. आम्हालाही नृत्य बघायचं होतं. दाईमाँचा हात झिडकारला होता आणि धावत गेला; पण दरबाराच्या दाराशी भालदार उभे होते. मना केलं त्यांनी. रडवेले झालो, परतत होतो, कुणीतरी म्हणत होतं, "लाजवाब है ! मादक आहे. काय नृत्य? वाहवा!"

मादक? तेव्हा मतलब नाही समजला, पण वाटतंय, आत्ता समजला. हा गंध मादक आहे. बेहोश करणारा आहे. किती पक्षी, किती स्वर, किती सूर... पानं... फुलं, पाचोळा, पाचोळ्याचा आवाज, सूर्याच्या किरणांची तिरीप, तुकड्याचं आभाळ, भरभरून श्वास! अजून मोठा श्वास, अजून मोठा! छाती भरभरून... आणि नकळत डोळ्यांत पाणी आलं. एक थेंब ओघळला. मी रडतोय? याला रडणं म्हणतात?

नाही. मी राजमहालात असताना रडत असे. ते रडणं होतं. मग हे काय? हे? आनंदाचं रडणं, आनंदाश्रू? आनंदाश्रू असे असतात?

आणि मग मी धावत सुटलो. वेगानं! ना तहान, ना भूक! अनवाणी पाय, पण काही बोचलं नाही, खुपलं नाही आणि मी मोठ्यांदा हाक मारली, "क्रांतिवीरऽऽऽ!"

ओहोळ आहे हा. किती वेळ न जाणो, त्या ओहोळात पाय सोडून बसलो. शांत, थंड! सूर्यास्त होऊ पाहत होता. हिरवी वनराई काळसर होत होती. पक्षी मंदावले होते. दूरवर कंदील पेटू लागले होते.

कानांवर आवाज आदळला.

"क्रांतिवीर ऽऽऽ क्रांतिवीर ऽऽऽ!"

***

आता गुरुकुलातले नियम समजले आहेत. मला माझी कुटी आवडू लागली आहे. प्रत्येक काम प्रत्येकास आलंच पाहिजे, हा इथला दंडक आहे.

गंमत आहे. राजमहाली माझे जोडे मला घालून देण्यास दास होते आणि इथं जोडेच नाहीत. जोडे नवीन असताना टोचायचे; पण इथं अनवाणी हिंडताना जमीन टोचत नाही. हे असं कसं?

कंदमुळं गोड लागू लागली आहेत. बावडीतलं थंडगार पाणी शिरशिरी आणेनासं झालं आहे. ओहोळाची आणि माझी मैत्री झाली आहे. पहाटेची प्रार्थना मुखोद्गत झाली आहे. शांतीः शांतीः शांतीः ।

"आज तुम्हा शिष्यांना एका स्तोत्राचं पठण करायचं आहे. आपण सर्व शांतीः शांतीः शांतीः अशी प्रार्थना नित्य करत असतोच. आता प्रातःस्मरण स्तोत्रं आज सांगत आहे.

प्रातः स्मरामि हृदि संस्फुरदात्मतत्त्वं
सच्चित्सुखं परमहंसगतिं तुरीयम्।
यत्स्वप्नजागरसुषुप्तमवैति नित्यं
तद्ब्रहम् निष्कलमहं न च भूतसङ्घः।।

अर्थात् :

हृदयामध्ये 'मी आहे' या शब्दांनी स्फुरण पावणाऱ्या आत्मतत्त्वाचे मी प्रातःकाली स्मरण करतो. ते आत्मतत्त्व सच्चिदानंदस्वरूप असून, रामादियुक्त अत्यंत विरक्त योग्यांचे प्राप्तव्य स्थान आहे. ते जागृत, स्वप्न, सुषुप्ति या तिन्हीही अवस्थांच्या अतीत तुरीयस्वरूप असून साक्षी व अविनाशी आहे. तेच निर्गुण, निर्विशेष, निष्फळ, ब्रह्मस्वरूप 'मी' आहे. पंचमहाभूतांचा देहेन्द्रियादि जड समूह 'मी' नाही.

'मी' आहे! हा 'मी' वेगळा आहे. 'मी' म्हणजे शरीर नाही. 'मी' म्हणजे कोण आहे? शरीर नाही तर मग परवा रानातून जात असताना काटा टोचला पायाला तो कुणाला? कोकिळेचा स्वर ऐकून मोहरून गेला, तो कोण होता?

गुरुजी, अल्प मती माझी. गोंधळून गेलो आहे. केवळ पठण करून चालणार नाही. समजही यायला हवी.

"पुढलं स्तोत्रं उद्या प्रातःकाळी सांगितलं जाईल."

"आज्ञा."

"क्रांतिवीर, तू आमच्याबरोबर चल."

"आज्ञा."

"क्रांतिवीर, तू एक राजपुत्र आहेस आणि राजपुत्राचं कार्य राज्य राखणं, रयतेची चिंता करणं, क्षेमकुशल ठेवणं. आणि त्यासाठी सर्वगुणसंपन्न होणं हे अनिवार्य आहे. वेदाभ्यास तर करायचाच; शिवाय शस्त्र, अर्थ, धैर्य हेही अंगीकारलं गेलं पाहिजे. आश्रमात काही दिवस तुला मुभा होती; परंतु आता अध्ययनास प्रारंभ करायचा आहे. राजमहाल आणि हे गुरुकुल यांतली तफावत तू जाणतोस. कणा ताठ होण्यासाठी मऊ मुलायम पलंगपोस चालत नाहीत. तिथं जमिनीशी कण्याचं नातं जुळावं लागतं. अपेक्षेपेक्षा फार लवकर तू या गुरुकुलात सामावलास. पुढेही सर्व काही तुझ्यासाठी सुलभ असेल, अशी मी प्रार्थना करतो."

"हा धनुष्य, हा बाण घे! नमन कर आणि विद्येस प्रारंभ होऊ दे."

"आज्ञा."

"रुद्र, प्रथम पाठ तू घे. अश्रेय तू लक्ष्य तयार कर."

"आज्ञा."

"क्रांतिवीर, ओम!"

"ओम!"

धनुष्य इतकं जड असतं? आणि ती प्रत्यंचा! ती बाणनं साधायची, खेचायची आणि बाणानं लक्ष्यभेद करायचा. राजे पिताश्रींबरोबर युद्धास गेलो होतो तेव्हा बघितलं होतं. सहजी बाण मारणारे योद्धे आणि घायाळ होणारं लक्ष्य! वाहणारे रक्ताचे पाट... नाही, नाही मला हे शक्य नाही. मी नाही मारू शकत कुणाला.

मी बाण टाकून दिला. धनुष्य खाली ठेवलं. मी धावत सुटलो. कुटी फार लांब होती. मला अंतराची पर्वा नव्हती. मी धावत राहिलो. धावत...

कुटीत आलो आणि डोळे घट्ट मिटून बसलो. पाय जवळ घेतले. गुडघ्यात मान

खुपसली; पण तरी ते रणांगणावरचं चित्रं, त्या चिता डोळ्यांसमोरून हलेनात आणि देवीमाँची कूस आठवली. तिच्या मिठीत... आणि मग चमकले दोन डोळे. आग-अंगार वर्षावणारे, भाजून काढणारे...

"क्रांतिवीरऽऽ"

मी अगदी प्रयत्नांनी मान वर केली.

"श्रेभ्यऽऽ!"

"गुरुजींनी आज्ञा केली आहे. ते त्यांच्या कुटीत तुझी प्रतीक्षा करत आहेत."

"श्रेभ्य, नाही, नाही मी जाऊ शकत. काय म्हणतील गुरुजी?"

"ते गुरू आहेत. शिष्याच्या मनातली वादळं त्यांच्यापर्यंत न उच्चारताही पोहोचतात. वादळांना शमवण्याचं सामर्थ्य प्रत्येक गुरूत असतं. तसं नसतं तर गुरू हा कधी गुरू झालाच नसता. तुला एक सांगू? आपल्या गुरूंचं नाव? त्यांचं नाव उमंग आहे. उमंग म्हणजे आनंद. आनंद देणारा गुरू आपल्याला लाभलेला आहे. चल. अगदी विनासंकोच चल."

उमंग? आनंद? हो. त्यांच्याकडे बघितल्यावर शांत वाटतं. पांढरी शुभ्र चकाकणारी दाढी. लांब! आणि भरघोस पांढरे शुभ्र चकाकणारे, खांद्यावर रुळणारे केस. सतेज कांती आणि चमकदार पण तरीही ओलावा असणारे डोळे! रुद्राक्षांची माळ लांबलचक. पांढरी शुभ्र कफनी! लाकडी पादुका! आणि शांत सुंदर हास्य! मी का घाबरतोय मग? श्रेभ्य म्हणतोय ते बरोबर आहे. उमंग! आनंद आणि पूर्णता!

"क्रांतिवीर."

"नमन गुरुजी."

"आसन घे. हं! बाळ, शांत आहेस?"

"हं."

"अंतः शरीरे निहतो गुहायामज एको नित्यमस्य।

पृथिवी शरीरं यःपृथिवीमंतरे संचरन यं पृथिवी न वेद।।

आपल्या शरीराच्या आत एक गुहा, ज्यात एक अजन्मा नित्य राहतो. त्याचं शरीर पृथ्वी आहे. तो पृथ्वीच्या आत राहतो, पण पृथ्वीला ते माहीत नसतं. क्रांतिवीर, अशा अनेक घटना, अनेक प्रसंग मनाच्या गुहेत साठलेले असतात. त्यांचा निचरा होणं आवश्यक आहे. तो जो अजन्मा आहे, त्याचा जन्म व्हायला हवा. त्याशिवाय 'मी' समजणं कठीण आहे. कोणतीही विद्या हस्तगत करण्यासाठी

आधी मनाची अवस्था स्थिर असणं अपरिहार्य आहे. शांत हो. इथं तू एकटा नाहीस. आता भोजन करून विश्रांती घे. ओम शांतीः शांतीः शांताः ।

***

मी बघतोय त्याला. तो गुरुजींच्या कुटीतून बाहेर पडला होता. आता तो जरा शांत दिसत होता. काही पळांपूर्वीचं त्याचं अस्थिर असणं मला आत्ताही जाणवतंय. लहानसं, भेदरलेलं पाडस. त्याने कणखर व्हायला हवं. इतरांसारखं, पण तो आणि इतर यांच्यात फरक आहे. फरक प्रत्येकात असतो. तसा नसता, तर क्रांतिसेनचा – महापराक्रमी राजाचा पुत्र असा भेदरणारा?

तो निघाला कुटीतून. श्रेभ्य त्याला साथ देण्यासाठी बरोबर निघाला. तोही दिसतोय मला या प्रचंड तावदानातून. चंद्राच्या प्रकाशात...

तो त्याच्या कुटीत गेला आणि त्याने श्रेभ्यला धन्यवाद दिले. त्याला आता एकांत हवा होता. हे वेगळं जीवन त्याला मान्य करून घ्यायचं होतं. गुरुजींनी सांगितल्याप्रमाणे अस्थिर स्थिर करायचं होतं.

तो एकटाच, त्याने एक दिवा लावला. ज्योत शांत तेवू लागली. त्या ज्योतीकडे तो एकटक बघत राहिला. ध्यान यालाच म्हणतात का? हो. तेव्हा नाही समजलं, पण ध्यान हेच. सर्व विसरून टाकणारं आणि एकच एक जाणवणारं...

आणि त्याच्याही नकळत. त्यांच्या तोंडून शब्द येऊ लागले होते...

द्रोह शांती:
आंतरिक्ष शांती:
ऋदिवे शांती:
आप: शांती:
औषधय शांती:
वनस्पतय शांती:
विश्वेदेवा: शांती:
तामस शांती:
क्रोध: शांती:
ब्रह्म: शांती:
सर्व शांती:...

तीन

हा राजमहाल म्हणजे वास्तुशास्त्राचा उत्तम नमुना आहे. काळे पत्थर वापरून उभारला गेला आहे. असं म्हणतात की, तीन पिढ्या या राजमहालाचं बांधकाम चालू होतं. राजस्थानातून कारागीर आणले गेले होते. पत्थरांमधलं कोरीव काम अगदी एकसारखं. वेलबुट्टी, फुलं, उंट, मेणा यांचा सुरेख मिलाफ! हर साल राजस्थानवरून कारागीर अजूनही येतात आणि त्या कोरीव कामामध्ये साठलेली धूळ स्वच्छ करतात. राजमहाल पुन्हा नवीन होतो.

मी गुरुकुलात असताना माझंही दालन हर साल स्वच्छ केलं जायचं, असं दासी सांगत होती. ती जातीनं काम करून घ्यायची. ती आजही जातीनं माझी सेवा करते. खरं तर ही सेवा मला नको आहे. आदत नाही राहिली तशी. पण तरीही...

मला ठाऊक आहे, ती आत्ताही माझ्या दालनाबाहेर तिष्ठत उभी आहे, केशरदुधाचा पेला घेऊन. मी खुणेची एक टाळी...

तो तिथं टाळी का वाजवतोय? कुणाला बोलावतोय? त्याची नजर वर आभाळाकडे. नाही तो त्या डेरेदार वृक्षाला बघतो आहे आणि मी त्याला बघतो आहे. त्याचा आनंद आत्ताही मला लख्ख दिसतो आहे.

"श्रेष्ठ्यऽऽ, ती बघ. ती साळुंकी..."

"क्रांतिवीर, पण तुला अध्ययन नाही का करायचं?"

"खरं सांगू? मला स्वैर राहावंसं वाटतंय. स्वच्छंद! हा ओढा आहे ना, तसं. वाहत राहावं. या ओढ्याच्या पाण्याचा स्वर, पक्ष्यांचे स्वर, झाडांची सळसळ, हे हे मला आवडतं. मला मुक्त करतं."

"क्रांतिवीर, आश्रमात येऊन तुला आता काही मास उलटले आहेत आणि अजूनही तुझ्या अध्ययनाला सुरुवात झालेली नाही..."

"श्रेभ्य, हेही अध्ययनच आहे. हे स्वर, निसर्गाचे सूर आतपर्यंत पोहोचतात. तिथं धनुर्विद्या पोहोचत नाही. तिथं अर्थशास्त्र पोहोचत नाही; पण तिथं ओमकार पोहोचतो. श्रेभ्य कसं सांगू?..."

"गुरुजींनी तुला समजावलं आहे. तू राजपुत्र आहेस. प्रत्येक विद्येत पारंगत होऊन तुला तुझ्या राज्यात परतायचं आहे आणि एक यशस्वी राजा म्हणून कीर्ती संपादित करायची आहे."

"आहे ज्ञात मला."

"तर मग आता उशीर नको. अश्रेय, चिदात्मा, दैविक, एकाक्ष, मरुत, रुद्र, सोम, कान्नेन, गिरिक आणि तपन तिथं धनुर्विद्येचे पाठ घेत आहेत."

"चल श्रेभ्य! आज खरोखरच मी माझी विद्या पणाला लावेन."

"प्रारंभ. प्रारंभ!"

मी निश्चयच केला होता. आता काही होवो, माघार नाही. मी धनुष्य सहजी पेललं, शर प्रत्यंचेवर विसावला, प्रत्यंचा खेचली गेली आणि मी शर सोडला. नजर कधी एकाग्र झाली... शर कसा सुटला... लक्ष्यभेद कसा झाला... मला काहीही ज्ञात नाही. तो मी नव्हतोच. तो कुणी दुसरा होता. लक्ष्यभेद करणारा. सर्व शिष्यांनी टाळ्या वाजवल्या आणि पाठीवर शाबासकी उमटली. गुरुजी? ते कधी आले? की इथंच होते... मला कसे दिसले नाहीत... मी इतका हरवलो होतो? मी नकळत नमन केलं.

"क्रांतिवीर, लक्ष्य साधलंस. शेवटी राजपुत्र तू! अरे, कधी ना कधी मूळ जे आहे ते उगवणारच! श्रेभ्य, तू तुझी कामगिरी उत्तम वठवलीस."

"गुरुजीऽऽ!"

"कोण?"

"मी भार्गवी."

"ये."

"राजमहालातून सेवक आला आहे."

"येतो."

राजे पिताश्री? की देवीमाँ? मी धावलो. कारण संपूर्ण आश्रमात राजघराण्यातून आलेला मी एकमेव होतो. सरदारपुत्र बरेच होते. सेवक आला आहे म्हणजे माझ्यासाठी. माझी खबर घेण्यासाठी, कुणी पाठवलं असेल? राजे पिताश्री की देवीमाँ?

"कुर्निसात गुरुदेव!"

"नमन."

"राजे, महाराजे क्रांतिसेनांनी आश्रमासाठी हे तबक पाठवलं आहे."

"धन?"

"होय, गुरुदेव!"

"स्वीकार आहे."

"आज्ञा व्हावी."

"भार्गवी, यांना फराळाचं देऊन निरोप दे."

"आज्ञा."

मी तिथंच, तसाच उभा. निश्चल. इतकंच? अजून काहीच नाही? मी? माझ्यासाठी निरोपही नाही? सरदारपुत्रं आहेत इथं. मी बघितलंय. त्यांच्यासाठी भेटवस्तू येतात. साध्याच. आश्रमाच्या शिस्तीत बसणाऱ्या आणि खलिताही येतो. त्यांचा आनंद मी बघितला आहे. तेही खलिता पाठवतात आणि सेवक खलिता घेऊन जातात. आज प्रथमच कुणी राजमहालातून आलं आणि...

मी खिन्न झालो, उदास झालो. मला सरदारपुत्रांचा हेवा वाटू लागला. द्वेष असा असतो? मी बोलेनासा झालो. केवळ एक श्रेभ्य!

श्रेभ्य कोण होता? त्यालाही माहीत नाही. गुरुजींना तो रानात सापडला आणि तोही एकटा नाही- एका लहान बाळाला मांडीवर घेऊन बसलेला असा सापडला. ते बाळ रडत नव्हतं. डोळे उघडत नव्हतं. हालचाल करत नव्हतं. गुरुजींनी दोघांना आधार दिला. आश्रमात आणलं. उपचारांनी दोन लहान मुलं सुधारली, सुदृढ झाली आणि मग गुरुजींनी दोघांना परिचय दिला. श्रेभ्य आणि भार्गवी!

माता-पिता नसलेली दोघं. आज त्यांना माया-ममता... आणि सर्व काही असून मी मात्र...

"क्रांतिवीर, आत ये. काही विचारायचं आहे?"

"गुरुजीऽऽ"

"बोल."

"सेवक आला होता."

"होय."

"राजे पिताश्री, देवीमाँनी माझ्यासाठी, निदान खलिता?"

"नाही क्रांतिवीर."

"पण असं का? त्यांना माझी याद येत नाही?"

"येते ना. येणारच. तू एकमेव पुत्र त्यांचा. या राज्याचा भावी स्वामी..."

"मग?"

"जो पदावर असतो, संपूर्ण राज्याची धुरा वाहतो, त्यानं हळवं, भावविवश असून चालत नाही. त्याला कणखर व्हावं लागतं आणि तसं होण्यासाठी फार मोठी किंमत मोजावी लागते. राजे आणि देवी, दोघंही फार मोठी किंमत..."

"ही अशी?"

"तू भावविवश आहेस. कोवळा आहेस. तुला कणखर बनवण्यासाठी जास्त प्रयास घ्यावे लागणार, हे मी आधीच जाणून होतो. तुझ्या डोळ्यांतला हळवा भाव पुसून जायला हवा. शूर आणि कर्तबगार होण्यासाठी, दृढ आणि निश्चयी होण्यासाठी काही नियम पाळावे लागणार आहेत. राजे आणि देवींची अशीच मनीषा आहे. कष्टी होऊ नकोस. ताठ हो. ध्येयाकडे पाहत राहा. अध्ययन होईल. तू सर्वगुणसंपन्न होशील आणि मग राजमहालात तुझं जे स्वागत होईल..."

"आज्ञा गुरुजी."

***

झालं माझं स्वागत. अगदी वाजतगाजत. अनेक वर्षांचा अथक प्रवास माझा. दोलायमान मन माझं. कणखर खरंच झालं का? हळवे डोळे कोरडे ठाक झाले? भावभावनांच्या समाधीवर मी आरूढ होऊ शकलो? गुरुजींच्या परिश्रमांना न्याय देऊ शकलो? जेहेरुन्निसाला न्याय देऊ शकलो? आणि स्वतःला?

"युवराज महाराज."

"अं?"

"आता तरी हा पेला घ्यावा. केशरदूध..."

"ठेव तिथं."

"राणी सरकारांनी आज्ञा दिली आहे. जोपर्यंत आपण केशरदूध घेत नाही तोपर्यंत..."

"तोपर्यंत तू अशीच ताटकळत राहणार! होय ना?"

"जी."

"आण तो पेला..."

"युवराज महाराज."

"महाराज ही उपाधी आमच्यासाठी नाही दासी. युवराजच ठीक आहे."

"काही विचारायचं आहे. गुस्ताखी माफ."

"विचार."

"अनेक दिवस झाले. कोपऱ्यातली..."

“पुरे दायी!”

“माफी युवराज महाराज.”

“दायी, माफी कशासाठी? तू बुजुर्ग आहेस. संपूर्ण जीवन या राजमहालात सेवेत घालवलंस, कशाचीही अपेक्षा न करता. दायी असं म्हणायचं केवळ, पण तू तर... दाईमांनंतर तूच इतकी अशी आमच्यासाठी आहेस की... माफी नको... हक्क आहे तुझा. परंतु आत्ता नको. आज आम्ही आमच्याच सोबत राहू इच्छितो.

“जी.”

एकटं असणं आणि एकाकी असणं यांतला फरक आम्हाला... ही आदत! आम्हाला! आश्रमातून राजमहालात आलो आणि पुन्हा ‘मी’ चं ‘आम्ही’ व्हावं लागलं. अति प्रयास पडले तेव्हा. ‘मी’अथवा ‘आम्ही’ असं संबोधल्यान’ आतली व्यक्ती बदलते? असेल, बदलत असेल! गुरुजी सांगायचे ना की, ‘आम्ही’ अहंकार दर्शवतो.

अहंकार? कशाचा करू? अहंकार करण्यासारखं आहे तरी काय? सर्व गमावून बसलेली व्यक्ती अहंकार करू शकत नाही आणि गमावण्यासारखं माझं असं होतं तरी काय?

गुरुजी होते. श्रेभ्य होता. जेहेरुन्निसा होती आणि माझं लक्ष कोपऱ्याकडे गेलं. कोपरा मलिन झाला होता. संपूर्ण दालन लखलखत होतं, पण तो कोपरा...

मी अधीर झालो. अस्वस्थ झालो. माझी बोटं थरथरू लागली. मन गच्च झालं. मी कोपऱ्याकडे पाठ फिरवली आणि दालनातून बाहेर पडलो.

सरोवराकडे आलो आणि हवेतला गारवा जाणवला. शिरशिरी आली. अगदी तशीच जेव्हा पहिल्या दिवशी आश्रमातल्या बावडीतून थंडगार पाणी काढून अंगावर ओतलं होतं. ती बावडी असेल आजही? श्रेभ्य, भार्गवी, अश्रेय, चिदात्मा, एकाक्ष, तपन, कुठे आहेत सगळे? आणि ती साळुंकी, तो मोर, ती कोकिळा, हत्ती, घोडे... कुठे?

***

“अश्वावर मांड घालायची ती अगदी घट्ट. म्हणजे मांड्यांना घर्षण होत नाही आणि त्वचा सोलून निघत नाही. शिवाय ती घट्ट मांड अश्वालाही समजते.”

“रुद्र, तुला तर छान मांड घालता येते.”

“सराव करावा लागतो. चिंतित होऊ नकोस क्रांतिवीर, काही दिवसांतच तूही उत्तम स्वार होशील.”

“आपण आज आश्रमाच्या बाहेर जाणार?”

"होय. रपेट व्हायला हवी आणि सरावासाठी मोकळं मैदान हवं."

मी मांड घातली. खोगिराचा कडक पृष्ठभाग तरी जाणवलाच. दुडक्या चालीनं चालणारा रफ्तार मला सांभाळत होता. रफ्तारला कसं समजलं की मी शिष्य आहे? तो माझा गुरू झाला- न सांगताच.

रुद्र माझ्या पुढे होता. पवन रुद्रशी खेळ खेळत होता. मध्येच भरधाव तर मध्येच दुडका. रुद्र त्याला गोंजारत होता. पूर्ण ओणवा झाला होता. मधूनच पवनचं खिंकाळणं... तोही एक सूर होता की काय?

रफ्तार पवनचे सर्व खेळ बघत होता, पण तरीही तो शांत होता. प्राण्यांना इतकं समजतं? होय समजतं. रिकिबीत पडणारं पाऊल नवखं आहे की सरावाचं, हे त्यांना समजतं. लगाम धरणारे हात पटाईत नाहीत, हेही समजतं आणि रफ्तारला हे समजतंय हे मला समजलं. मी सहज ओणवा झालो. त्याची आयाळ, मऊ सूत स्पर्श केला. हा एक वेगळा स्पर्श समजला. मलाही आणि त्यालाही.

रुद्र! वयानं मोठा आहे; पण तरीही त्याला नावानंच हाक मारायचं. हे छान होतं. आसान होतं. आपलासा वाटायचा.

"क्रांतिवीर, तुला आता घोडेस्वारी जमू लागली."

"तुझ्यामुळे रुद्र!"

"मी निमित्तमात्र आहे क्रांतिवीर. गुरुजी सांगतात, प्रत्येक व्यक्तीत कलागुण असतातच. त्या गुणांना केवळ आधार द्यायचा असतो."

"रुद्र! तू किती काळ आहेस आश्रमात?"

"काळाचं गणित मांडलंच नाही कधी. एका छोट्याशा गावातला मी. दारिद्र्य अमाप. काही निमित्तानं गुरुजी त्या गावात आले होते. रोज पहाटे त्यांचे श्लोक, मंत्रपठण ऐकू यायचं आणि एका पहाटे मी त्यांच्यासमोर जाऊन बसलो. योगी पुरुष तो! डोळे मिटलेले, शांत मुद्रा, मुलायम स्वर! किती पळं गेली समजलं नाही. त्यांच्याकडे बघता बघता मी कधी हरवलो... ती झोप होती की अजून काही? त्यांनी मला जागं केलं. म्हणाले, 'येणार?' मी 'हो' म्हणालो. माझ्या झोपडीत त्यांना घेऊन गेलो. घरातून नकार मिळण्याचा प्रश्नच नव्हता. एक पोट कमी होणार होतं. निघालो आणि मग इथंच आहे त्यांच्याचबरोबर. ज्ञान प्राप्त झालं, कला अवगत झाली. आता शिष्यही आहे आणि मी शिष्यच आहे."

"मलाही असं राहाता येईल? इथंच?"

"नाही युवराज. ते शक्य नाही. तुम्हाला याहून मोठी कामगिरी बजावायची आहे."

"आणि जर माझा तसा मानस नसेल तर?"

“जन्मच राजघराण्यातला आहे. त्यानुसार कर्तव्यंही आखली गेली आहेत.”

“रुद्र, परंतु...”

“क्रांतिवीर, या प्रश्नांची उत्तरं माझ्याकडे नाहीत. माझं कर्तव्य तुला दोन विद्यांत पारंगत करण्याचं. धनुर्विद्या आणि घोडेस्वारी!”

“आज्ञा.”

“चल. आश्रमाकडे निघू.”

मी आश्रमात रुळलो. मी सर्वांपेक्षा वयानं लहान होतो; पण इथं लहान-मोठं असं काहीही नव्हतं. सर्व समान. अध्ययन मोठं, विद्या मोठी, निसर्ग मोठा.

गुरुकुलात प्रार्थना मंदिर होतं. तिथं केवळ ॐ एवढीच अक्षरं होती. त्या प्रार्थना मंदिरात कुणीही कधीही जाऊ शकत असे. हवं तेवढा वेळ बसू शकत असे. छान सारवलेली जमीन, थंडगार वाळ्याचे पडदे आणि एक समई अखंड तेवणारी. आसनं मांडलेली असायची. जावं, तिथं बसावं, मंत्रघोष करावा, अथवा शांत बसावं.

ओमकार! ॐ
अकारो नयते विश्वमुकारश्चापि तैजसम् ।
मकारश्च पुनः प्राज्ञं नामात्रे विद्यते गति ।।

अकार मात्रा विश्वाची प्राप्ती करून देते. उकार तेजाची, मकार ज्ञानाची आणि ज्या ठिकाणी मात्रा नाहीशा होतात, त्या ठिकाणी तुरीया अवस्थेत प्रवास संपतो.

म्हणजे जन्म राहत नाही आणि मृत्यू राहत नाही. गुरुजींनी जेव्हा या मंत्राचा अर्थ सांगितला, तेव्हा वाटलं की कसं असेल, कशी असेल ती अवस्था? सर्व शांत! ना वैर, ना मैत्र! ना राजे पिताश्री, ना देवीमाँ!

आणि आत्ता तरी कुठं आहेत ते? ते कधी माझ्यासाठी होते का? पण ते इतरांसाठी आहेत. राज्यासाठी, रयतेसाठी! असा राजा लाभणं हे भाग्य! हा आश्रमसुद्धा राजाच्या धनावर उभारला गेला आहे. दर साल तबक येतं इथं आणि तरीही ते तबक घेणारे गुरुजी मिंधे नाहीत. गुरू हा सर्वश्रेष्ठ असतो. क्वचित ईश्वरापेक्षाही श्रेष्ठ! मग राजाची काय बात?

हे सूर फार सुरेल आहेत. ही प्रार्थना फार सुरेल आहे. भार्गवी प्रार्थना म्हणते ती ऐकत राहावी अशी असते. राजमहालात पहाटे भाट गायचा... तसं काहीसं. आपणही म्हणावी ही प्रार्थना! काय हरकत आहे? राजपुत्रानं सुरेल प्रार्थना म्हणायची नसते, असा तर नियम नाही ना कुठं?

मी भार्गवीचा सूर धरला. ओळी सहजी उमटू लागल्या. उच्चार स्पष्ट होऊ लागले. एक क्षत्रिय मुलगा ब्राह्मणासारखे उच्चार करत होता. आनंद! आनंद! आवाज मोकळा होऊ लागला. गुणगुणणं संपलं आणि मोकळं गाणं सुरू झालं. कधी? कसं? नाही समजलं. प्रार्थनामंदिराच्या बाहेरच्या ओसरीवर, खुल्या आभाळाखाली, चंद्रकोरीच्या चमचमण्यात एक आवाज, एक स्वर न्हाऊन निघत होता. क्रांतिवीर प्रार्थना गात होता...

पहाटेच जाग आली. प्रसन्न वाटत होतं. सरळ ओहोळावर गेलो. तशी रात्रच होती अजून. बराचसा काळोख आणि पुसटसा लालिमा! आभाळाचं हे रूप कधी बघितलं नव्हतं. पक्ष्यांचा कलकलाट संपूर्ण परिसरात व्यापून राहिला होता. ओहोळाचं झुळझुळणं त्यांना साथ देत होतं आणि मी प्रार्थना म्हणू लागलो.

द्रोह शांतीः
आंतरिक्ष शांतीः...

गुणातीतमानं चिदानंदरूपम्
चिदाभासकं सर्वगं ज्ञानगम्यम्।
मुनिध्येयमाकाशरूपं परेशं
परब्रह्मरूपं गणेशं भजेम्।।

चाल लागली, सूर गोळा झाले. सगळे आपणहून आले. मी नाही बोलावलं, पण ते आले. कसे? कुठून? कुणी शिकवलं हे मला? दाईमाँ? पण मी तर किती लहान होतो तेव्हा! मग? या पक्ष्यांनी? या ओहोळानं? आभाळानं... की झाडांनी, वृक्षांनी, वेलींनी? हे काय होतंय मला? हा कुठला प्रवाह? शांती, शांती, शांतीः नको शांतीः! कशासाठी?

आणि मी काहीतरी गायलो, ना शब्द होते, ना सूर होते! सूर होते, स्वर होता, मला प्रतिसाद मिळत होता – पाण्याकडून, पाखरांकडून, उगवत्या सूर्याकडून, वृक्षांच्या डोलण्यातून. सर्व चराचर माझ्यात, माझ्याबरोबर गात होतं – गात होतं बेभान! बेभान! बेभान!

चार

"ॐ
यथा बीज तथा निष्पत्तिः
यथा श्रुतं तथा बुद्धिः
यथा कुलं तथाऽऽचार ।
अर्थात्,
जसं बीज तसा अंकुर
जशी विद्या तशी बुद्धी
जसे कुल तसा आचार.
क्रांतिवीर हे मी का सांगत आहे, हे तुला समजतंय?

तू राजघराण्यातला, तुझं बीज राजघराण्यातलं आणि राजाचा पुत्र वारसाहक्कानं राजाच होतो. हे कुल जे आहे, तसाच आचार असणं आवश्यक आहे आणि त्यानुसार विद्या प्राप्त केली की बुद्धीची गतीही त्याच दिशेनं होते. कुणी बागवान जर राजा होऊ इच्छील, तर ते शक्य नाही. ही समाज व्यवस्था आहे. त्याचं कुल हे बागा फुलवणारं, वृद्धी करणारं– निसर्गाची आणि राजाचं कुळ हे वृद्धी करणारं – राज्याची. दोघंही बागवानच; परंतु तफावत आहे. राजाला वृक्ष-वेलींची मशागत करता येणार नाही. ते त्याचं कार्य नव्हेच. तद्वत तुलाही तुझ्या कुळानुसार कार्य करता यायला हवं.''

"आज्ञा. परंतु एक विचारू?''

"अवश्य!''

"काही गैरवर्तन घडलं का माझ्याकडून?''

"नाही बाळ. परंतु, आज मीही संभ्रमात आहे. कसं सांगावं तुला? गाणं, गायन ही कला आहेच; परंतु त्यासाठी राजाच्या दरबारी गायक असतात. तुझं आनंदित होणं मी नाकारत नाही; परंतु गायनात जसा तल्लीन होतोस, तसा इतर विद्या

आत्मसात करताना तल्लीन होताना दिसत नाहीस. तुला तुझ्या कर्तव्याची जाणीव करून देण्यासाठीच हे प्रयत्न आहेत.''

''क्षमस्व! मी इतर विद्यांतही एकाग्र होईन; परंतु गुरुजी, मी ठरवून तल्लीन होत नाही. स्वर, सूर कानांवर पडले की मी माझ्याही नकळत...''

''गुरुवशानुवर्ती शिष्यः । अर्थात्, शिष्यानं गुरूच्या आज्ञेप्रमाणे वागावे.''

''आज्ञा, गुरुजी.''

''आजच्या पाठास प्रारंभ कर. दैविक, आज अर्थशास्त्रास प्रारंभ होऊ दे.''

''आज्ञा.''

तो गोंधळलेला होता. तो मला तसा आत्ताही दिसतो आहे. त्याला नव्हतं आकलन होत अर्थाचं! दैविक अत्यंत सामंजस्यानं त्याला एक एक श्लोक पठण करवत होता; पण त्याचं चित्त नव्हतं कशात. गुरूंची आज्ञा मोडायची नव्हती आणि मन धावत होतं. तिथं ओहोळाकडे, ओहोळाच्या पलीकडे, उंच आकाशात फुललेल्या प्रत्येक फुलात. सप्तरंगी पक्ष्यांच्या पंखांवर आणि पिसारा फुलवणाऱ्या मोरापाठी...

तो खरंच वेडा, मूर्ख, पागल. हे कसलं मन घेऊन आला? आणि तेही या राजघराण्यात! कशासाठी? आणि मुक्त विहार केल्यानंतर पुन्हा या दगडी इमारतीत परतून तरी का आलं? गुरुजींनी सांगितलं होतं, ''न पुत्रसंस्पर्शात्परं सुखम्'' पुत्रासारखं दुसरं सुख नाही. राजे पिताश्री सुखी झाले माझ्या जन्मानं? त्यांना पुत्रप्राप्ती तर झाली; पण एक राजा अजून एक राजा निर्माण करू शकला नाही. मग या पुत्राचा लाभ कोणाला? काय गंमत आहे! आज असंच सर्व याद येत आहे. क्षीरार्थिनः किं करिण्या? ज्याला दूध हवं त्याला हत्तिणीचा काय उपयोग? अर्थहीन. अर्थहीन आणि मग घुसमट... पुनश्च पुनश्च!

''क्रांतिवीर, पुनश्च! जोपर्यंत पठण होत नाही, तोपर्यंत व्यत्यय होता कामा नये. पुनश्च! बलवानलब्धलाभे प्रयतते!- जो बलसंपन्न होतो, तोच अप्राप्त गोष्टी प्राप्त करून घेण्यासाठी झटतो. एका राजासाठी बलसंपन्न होणं नितांत आवश्यक आहे. 'नासहायस्य मन्त्रनिश्चयः' ज्या राजाला कोणीही साहाय्यकर्ता नाही, त्या राजाची कोणतीही मसलत निश्चित होत नाही. बलसंपन्न होणं म्हणजे केवळ आर्थिक बलसंपन्नता नाही. अर्थाबरोबरीनं साहाय्य करणारे दरबारी असणं आवश्यक आहेत, तरच राज्याच्या हितार्थ ठरवले जाणारे ठराव संपन्न होऊ शकतात. तद्वत 'अविनीतं स्नेहमात्रेण न मन्त्रे कुर्वीत' केवळ स्नेहसंबंधावरून अविनीत मनुष्याला मंत्रिपद देऊ नये, अथवा कोणत्याही मसलतीत सहभागी करू नये. स्नेहसंबंधिताची कुवत यास जास्त प्राधान्य द्यावे. राज्य भावनांवर चालवता येत नाही आणि 'मन्त्रसंपदा राज्यं

वधते' मसलतीच्या बळावर राज्याची अभिवृद्धी होते. राज्य सांभाळणं हे जसं आवश्यक, तद्वत राज्याचा विस्तार करणं, हेही आवश्यक.''

''म्हणजे, दुसऱ्या राजाच्या आधिपत्याखाली असलेलं राज्य हिरावून घेणं?''

''नाही, परंतु जर दुसरा राजा आपल्या राज्याच्या विकासात व्यत्यय आणत असेल, आपल्या राज्यातल्या रयतेवर राज्याच्या लोभानं जुलूम करण्याचा प्रयत्न करत असेल, राज्यसीमा पार करत असेल तर मग हो- असा राजा राज्य करण्यास अयोग्य आहे.''

मला मी पाहिलेलं युद्ध आठवलं. म्हणजे राजे पिताश्रींनी आपल्या राज्याच्या रक्षणार्थ ते युद्ध केलं आणि काही मुलुखही काबीज केला. पुढे मलाही रक्षण करायचं आहे पण त्यासाठी मी योग्य आहे का? त्या रणांगणावर माझ्यापेक्षा जास्त स्फूर्तीने परीक्षित वावरत होता. राणासिंग त्याला उद्युक्त करत होते आणि मी मात्र त्या विव्हळणाऱ्या, जखमी सैनिकांच्या वेदनेत गुंतलो होतो. भेदरलो होतो. तो तलवारीचा खणखणाट आणि घोड्यांच्या टापांचे आवाज मला कर्कश वाटत होते.

''अविनीतस्वामिलाभादस्वामिलाभः श्रेयान् । अशिक्षित राजापेक्षा राजा नसणेच बरे. क्रांतिवीर, ज्या राजाला राज्य कसं चालवायचं, मंत्री, सहकारी, सरदार यांना कसं सांभाळायचं, वेळप्रसंगी त्वरित निर्णय तोही योग्य निर्णय कसा घ्यायचा, न्यायनिवाडा कसा करायचा, धनाचा विनियोग कसा करायचा, याचं ज्ञान नाही, तो राजा अशिक्षित होय. अशा राजाच्या राज्याला दैन्यावस्था प्राप्त होते आणि दैन्यापेक्षा मरण उत्तम! दैन्यान्मरणमुत्तमम्!''

दैन्यान्मरणमुत्तमम् ! दैन्यान्मरणमुत्ततम् !

अध्ययन करण्यापलीकडे माझ्याकडे दुसरा मार्गच नव्हता. पहाटेचा काही काळ हा माझ्या मालकीचा होता आणि तोच काळ मला सर्वांत जास्त प्रिय होता. ऋचा, मंत्र यांच्या सान्निध्यात आणि स्वरांच्या हिंदोळ्यांवर! मी, माझा ओहोळ, माझी पहाट, माझे वृक्ष-वेली आणि माझे पक्षी!

भार्गवीला प्रातःकाळी ओहोळाच्या कडेला बसलेली बघून मला आश्चर्य वाटलं.

''भार्गवी, तू इथं?''

''होय, क्रांतिवीर. वाटलं आज बघावं की, तुला ही जागा इतकी रम्य का वाटते? आश्रमात येऊन कित्येक साल लोटली असतील; हा ओहोळ मीही इतके साल बघते आहे, बाकीचे शिष्यही बघत आले आहेत; परंतु तुझ्यासारखा हा ओहोळ कुणीही बघितला नाही. असं काय आहे या ओहोळात क्रांतिवीर?''

''प्रवाह! प्रवाह आहे. गती आहे आणि म्हणूनच हा ओहोळ कायम ताजा आहे, नवा आहे. क्षणभरापूर्वीचं पाणी क्षणभरानंतर नाही. भार्गवी राजमहालात कारंजं

आहे. खूप भव्य ! ते अहोरात्र तुषार उडवत असतं, पण ते या ओहोळासारखं दिसत नाही. माझं दालन– त्याला मोठाली तावदानं आहेत. त्या तावदानातून ते कारंजं अव्याहत दिसत राहतं. नाचतं ते, तुषार उधळवत राहतं; पण सरोवरातलं संचित पाणी पुन्हा पुन्हा घेऊन तेच पाणी पुन्हा पुन्हा सरोवराला देत राहतं. त्या पाण्यात सौंदर्य आहे; पण जीव नाही. ते मृत पाणी आणि हे सजीव पाणी. सुंदर तुषार नाहीत या पाण्याकडे; पण याच्याकडे जीवन आहे आणि या जीवनाला मृत्यूचं भय नाही. गुरुजी सांगतात ना- संचिताचा विनियोग जर वेळच्या वेळी केला नाही, तर संचितालाही कसर लागते. प्रतिक्षणी क्षणभरासाठी उमटलेलं प्रतिबिंब मागच्यांसाठी ठेवून नवीन प्रतिबिंब घेण्यास हे पाणी पुढे जातं. अशी अनेक प्रतिबिंबं प्रत्येक क्षणी उमटूनही ते पाणी मात्र स्वच्छ, स्वतःचं, त्या वृक्षांना, पर्णांना, पक्ष्यांना, मला-तुला नाराज न करता, न दुखावता पुढे निघूनही जातं आणि तरीही आपल्या सर्वांचं प्रतिबिंब त्याच्यात उमटतही राहतं!''

''क्रांतिवीर...''

''भार्गवी, मी इथंच रमतो. या निसर्गाच्या संगीतात. तलवारी जेव्हा एकमेकांवर आपटतात, तेव्हा मला आतून वाटत राहतं की, निसर्गाचा ताल त्या तलवारी बिघडवत आहेत, बेताल करत आहेत. एक बेसूर स्वर तयार होतो आणि निसर्गाच्या संगीतावर ओरखडा उमटतो.''

''क्रांतिवीर, सर्व मान्य. परंतु...''

''ठाऊक आहे. मी नाकारत नाही; पण माझा ताल चुकतो. अध्ययन होत नाही. गुरुजी रागावले आहेत. ती त्यांची जोखीम आहे की एक सर्वगुणसंपन्न राजपुत्र त्यांना तयार करायचा आहे. ते गुरुजी आहेत. त्यांना राजाचं भय नसेलही; परंतु त्यांना त्यांच्या कर्तव्याचं पालन करायचं आहे, पण भार्गवी, मी काय करू? मी काय करू? क्वचित वाटतं की, मी राजा होण्यास पात्र नाही.''

''तू बुद्धिमान आहेस. तुझ्याकडे कौशल्य आहे. जी एकाग्रता इथं साध्य करतोस तशीच एकाग्रता...''

''चुकतेस भार्गवी. इथं एकाग्रता साधावी लागत नाही. ती होते. अगदी सहजी, नकळत...''

''वेगळ्या मनाचा आहेस क्रांतिवीर! जप हे मन!''

''भार्गवी!''

''अगदी लहान होते तेव्हा मला इथं आणण्यात आलं. तो श्रेभ्य मला त्याच्या मांडीवर घेऊन निजवत होता... असं काहीसं आठवतंय. गुरुजींनी आणलं आम्हा दोघांना. झनीमाई आहे ना, तिनंच पालनपोषण केलं आमचं. आश्रमात राहायचं. इथं येणारे शिष्य म्हणजे कुमार, पुरुष! त्यांच्यापासून स्वतःला कसं दूर ठेवायचं, कसं

आचरण हवं, असंच शिकण्यात मोठी झाले. झनीमाईची करडी नजर आणि त्या नजरेतलं प्रेम! कित्येक युगं मी इथंच आहे, असं वाटतं क्वचित. या आश्रमाबाहेरही एक जग आहे, ते बघावंसं वाटतं; पण नंतर पुन्हा वाटतं, नको, आहोत इथंच आहोत! पण तू आलास आणि हे नवीनच काही... इतके शिष्य आले, ज्ञानप्राप्ती करून गेले; पण तुझ्यासारखं कुणीच नाही... जप... जप स्वतःला, मनाला...!''

***

तो अचंबित झाला होता. भार्गवी असं का म्हणाली असेल, या विचारांनी तो अचंबित झाला होता. जे त्याला त्या वयात समजलं नाही त्याच्याबद्दलचं, ते भार्गवीनं ओळखलं? माणसाचं मन वाचणं हे असं असतं? हो. असंच असतं. त्यालाही हळूहळू ही कला अवगत झाली. पण...

दिवस, माह, साल गुजरत होते. नेमानं राजमहालातून तबक आश्रमात जात होतं. त्याला आपण मोठं झाल्यासारखं वाटत होतं आणि तो तसं वागायचा प्रयत्न करतोय, हे आत्ताही मला दिसतंय. मला दिसतेय त्याची कुतरओढ, खेचून आणलेलं अवसान. स्वतःच्या स्वभावाविरुद्ध वागण्याची आणि त्यात यशस्वी होण्याचा यत्न करणारी धडपड.

त्याला बघता बघता मी थकलोय. आता इथंच थांबावंसं वाटतंय. नको बघायला हे सर्व. जाऊ दे! गेला तो काळ. का मी आज पुन्हा ते सर्व जगायचं? मला हा अट्टाहास, हा ध्यास कुणी घ्यायला सांगितलाय? कुणीही नाही आणि तरीही... हो. कदाचित् शेवटचं. एकदाच फिरून यायचं आहे त्याच्यातून. मग पुन्हा नाही. हे क्लेश झेलायला हवेत. जखमी पाखरासारखी अवस्था ही... जखम भरून तरी येऊ दे अथवा वेदना जाणवणारच नाहीत, अशी स्थिती येऊ देत.

पाखराला जखम झाली की... नाहीच बघवत वेदना... पाखरू आणि तो दोघंही विद्ध झाले होते... तो धावला होता पाखरापाशी... आणि तेवढ्यात कठोर शब्दही त्याच्या कानांवर पडले होते; पण तो नाही थांबला... नाहीच... तो धावतोय... तो बघ...

***

''क्रांतिवीर, थांब!''

''नाही रुद्र... मी नाही... क्षमस्व...''

''क्रांतिवीर ऽऽ''

मी धावलो. पाखरू झाडावरून खाली पडलं होतं. बाण त्याच्या अंगातून आरपार गेला होता. तो एवढासा जीव... त्याचं रक्त, त्याची रक्ताळलेली पिसं,

त्याची उघडी चोच. दोन थेंब पाणी तरी...! मी बघितलंय एकदा... मृत्युसमयी, मृत्यूनंतर मुखात पाणी– गंगाजल घालतात. माणसाच्या नशिबात मृत्युसमयी ज्याला आपण जीवन म्हणतो, ते दोन थेंब... जीवन देत नसले तरीही. मग पक्ष्याला का नाही? पाणी. पाणी कुठे आहे? पाणी हवं...

"क्रांतिवीर..."

"रुद्र, पाणी हवंय रे. निदान प्राण जाताना दोन थेंब..."

मी रडत होतो. मला अश्रू अनावर होत होते. एक विद्या प्राप्त करण्यासाठी मी आज एका निरपराध जीवाचा बळी घेतला होता.

"क्रांतिवीर, 'तद्विपरीतोऽनर्थसेवी' जो धर्म व अर्थ यांच्या विरुद्ध वागतो तो आपणावर अनर्थ ओढवून घेतो." हे वचन तू विसरता कामा नये. तुझा धर्म क्षत्रियाचा आणि क्षत्रिय हा प्रजेच्या रक्षणार्थ. तोच त्याचा धर्म."

"परंतु गुरुजी, मी आज एका निरपराध जीवाचा वध केला. विद्या प्राप्त होण्यासाठी कुणा निरपराधाला जिवे मारण– मला काय अधिकार?"

"सत्य! परंतु जर पारंगत व्हायचं आहे, तर हे बलिदान समज तू त्या पक्ष्याचं!"

"क्षमस्व! मला हे शक्य होणार नाही. त्या पक्ष्याचा मंजूळ स्वर प्रसन्न करणारा. तो काही देतच होता. त्याच्या स्वरातून आनंद लुटत होता आणि त्या बदल्यात त्याला कशाचीही अपेक्षा नव्हती. हवं होतं ते केवळ निसर्गदत्त स्वातंत्र्य! नाही गुरुजा, मला अशी विद्या अवगत नाही करायची. माझा धर्म वध करायला सांगत नाही. रक्षण हे केवळ मानवांचं, असं असू शकत नाही. माझ्या राज्यातल्या प्रत्येक जीवमात्राचं रक्षण, हा माझा धर्म असायला हवा."

"क्रांतिवीर, उल्लंघन होत आहे. गुरूशी कसं वर्तन असायला हवं, हे आता पुनश्च पठण करायची वेळ आणतो आहेस."

"मी शिक्षेस प्राप्त आहे. सजा द्यावी; परंतु विद्या अवगत होण्यासाठी कुणाचा जीव घेण्याची आज्ञा न द्यावी."

"रुद्र, क्रांतिवीरास आजपासून तीन दिवस गोठा स्वच्छतेस ठेवावे. ही माझी आज्ञा आहे."

"गुरुजी, आज्ञा!"

मी कष्टी झालो. गोठा स्वच्छतेच्या सजेमुळे नाही; परंतु ही विद्या अशी कशी? जीव घ्यायला लावणारी... तृणाचा पक्षी नाही बनवता येणार! पण नाही. उडत्या लक्ष्यास, हालचाल होणाऱ्या लक्ष्यास लक्ष्य करता यायला हवं. माझी योग्यता

नाही. हे माझ्याकडून होणं शक्य नाही. मी दुबळा आहे. गुरुजी म्हणाले तद्वत, ''आत्मनमेव नाशयत्यनात्मवतां कोपः । दुबळ्यांचा कोप आत्मनाशालाच कारण होतो.'' म्हणजे हा माझा कोप, ही माझी अस्वस्थता माझ्याच नाशाला कारणीभूत होणार आहे?

मी प्रार्थनामंदिरात गेलो. समई शांत तेवत होती. मला माहीत आहे, एव्हाना आश्रमात मला झालेली सजा सर्वांपर्यंत पोहोचली असणार; पण तरीही मला त्याची तमा नव्हती. मला अजूनही ते रक्त सुकलेले पंख दिसत होते. मी डोळे घट्ट मिटून घेतले. त्या घट्ट पापण्यांतूनही पाणी झिरपत होतं. मी पुरुष आहे, मी राजपुत्र आहे, मी वीर आहे आणि वीराला अश्रू शोभा देत नाहीत... पण या सर्वांआधी मी एक माणूस आहे.

माझ्या कानांत पक्ष्याचे स्वर उमटू लागले. माझ्या मनात पक्ष्याचे सूर घुसमटू लागले आणि ती घुसमट नकळत ओठांतून बाहेर पडू लागली. ते स्वर होते? ते सूर होते? ते शब्द होते? नाही! त्या होत्या केवळ वेदना, ते होतं केवळ विव्हळणं, ती होती एक टोकेरी जखम... जी वाहत होती, वाहत होती, वाहत होती...

पाच

प्राण्यांना जरा माया दर्शवली की ते आपल्यावर भरभरून माया करू लागतात. हा माझा स्वानुभव! आश्रमातला गोठा इतका मोठा आहे, हे प्रथमच ध्यानात आलं. मन लावून गोठा स्वच्छ ठेवत होतो आणि गाया-वासरं माझ्यावर माया करत होती.

आजचा सजेचा शेवटचा दिवस. मी माझ्या ओहोळापाशी पहाटेच आलो. बारिश? होय बारिश! निसर्गाचं रूप बदलत होतं. बहोत सारे पक्षी.. मी तर ओळखतही नव्हतो. नावं खूप माहीत होती; पण कुठल्या पक्ष्याचं कोणतं नाव? दाईमाँ आमराईत न्यायची तेव्हा सांगायची, ''कोकीळ, भारद्वाज, राघू, मैना, डोंबारी, शेकाट्या, मळगुजा, गरुड, पारवा, रानभाई, बहिरी ससाणा, पणमोर, माळटिटवी... अनेक... अनेक! हे सगळे तुझ्यासाठी गाणं म्हणतात. खरंच म्हणत असत का? आत्ताही म्हणत आहेत का? कुठून आले एवढे पक्षी?

ओहोळ हसत होता. पळत होता. मी वाकलो, तर माझा चेहरा घेऊन पळाला. मी हसू लागलो. अगदी मोठ्यांदी, मोकळं... भरभरून... एक लकेर उमटली. अगदी ओघवती. कुठल्या पक्ष्याच्या आवाजात माझा स्वर मिसळला?

आणि तेवढ्यात काही वेगळेच सूर ऐकू येऊ लागले. नाही.. हा कोणता पक्षी नाही... हा ओहोळही नाही. ही कुठली प्रार्थना नाही. हा स्वर? धीर गंभीर; पण तरीही सुखद! या निसर्गाचाच स्वर जणू!

मी बेभान झालो. ते सूर माझ्या नसानसात झिरपू लागले. मी निघालो. सुरांचा पीछा करत. जात राहिलो... जात राहिलो... आणि थबकलो! हे सूर प्रार्थना मंदिरातून येत होते! प्रथमच! इतक्या सालात, किती साल? हिसाब नाहा; पण इतक्या सालांत हे सूर कधी उमटले नव्हते गुरुकुलात! कोण आहे? कोण छेडतंय? कसले सूर?

मी आत जाणार तोच भार्गवीनं माझी वाट रोखली. खुणेनंच तिनं मला दूर जाण्यास सांगितलं. माझ्या मागोमाग तीही आली.

''क्रांतिवीर, आत जाऊ नकोस.''

"भार्गवी, कोण आहे? काय वाजतंय? कसले सूर आहेत हे? मला जाऊ दे. मला ऐकायचंय.''

"गुरुजींचे बंधू आहेत.''

"बंधू?''

"होय, येतात असे काही वर्षांनी.''

"कुठं असतात?''

"राजदरबारी. दिल्लीला, लखनौला... आग्रा... कुठंही!''

"म्हणजे?''

"ते महान वादक आहेत. वीणावादक! त्यांना सगळे बडे उस्ताद म्हणतात!''

"गुरुजींचे बंधू आणि बडे उस्ताद?''

"होय, पदवी बहाल केली आहे त्यांना नबाबानं!''

"नबाब?''

"होय. लखनौचे. बडे उस्ताद मनस्वी आहेत. कलासक्त! आणि मर्जी झाली तर वर्षभर एका ठिकाणी वास्तव्य करतात, नसेल मर्जी तर...! आता इथं आले आहेत. गुरुजींचे मोठे बंधू आहेत ते.''

"कधी आले?''

"काल रात्री, दोन प्रहरी!''

"इथं राहणार आता?''

"कुणास ठाऊक!''

"भार्गवी, मला त्यांना बघायचं आहे.''

"गुरुजींची आज्ञा घ्यावी लागेल आणि बडे उस्तादांचीही!''

"कशी घेऊ?''

"क्रांतिवीर, तू तुझं कार्य कर. तुला शिक्षा झाली आहे. पूर्ण कर.''

"करेन.''

"का असं करतोस? तू राजपुत्र! गोठा स्वच्छ करायचं कार्य तुझं नाही.''

"भार्गवी, मला त्यात कमीपणा नाही.''

"मी तुला म्हटलं होतं, जप स्वतःला!''

"होय!''

"जा आता. मला बडे उस्तादांसाठी दूध घेऊन जायचं आहे.''

"भार्गवी, मी.''

"जा क्रांतिवीर. तुझी शिक्षा अजून वाढायला नको. जा तू.''

"मी नाही आत जाणार. पण इथं बसून ऐकू तर शकतो...''

"सारे शिष्य अध्ययन करू लागले आहेत. शोण, यती, प्रगल्भ, वीरामय,

सगळेच आणि तू मात्र!''

"मी तेही अध्ययन करेन भार्गवी.''

"झनीमाई येत आहे. मी जाते.''

धीरगंभीर सूर आता जरा प्रवाही झाले होते. एक लय... चराचर व्यापून टाकणारी...

***

नुसतं चराचर व्यापलं गेलं नव्हतं. तोही व्यापून गेलेला बघतोय मी. तो विसरला आहे सर्व. काळ, वेळ, स्थळ! कशाचंच भान नाही त्याला. त्याचं संपूर्ण शरीर कान झालं होतं. पहाटेचा गढुळलेला सूर्य, ढगांआड... त्याची किरणं मोठ्या कष्टांनी ढगांना भेदायचा प्रयत्न करत आहेत आणि घट्ट ढग त्या प्रयत्नांना मुभा देत नाहीयेत. तेवढ्यात कुठूनसा पारिजातकाचा सुगंध दरवळला... वाऱ्याच्या झोतावर आरूढ होऊन. तो त्या वासानं मोहरून गेला. सूर आणि सुगंध यांचा अपूर्व मिलाफ! बरसात! बारिश! तो भिजत होता. सुरांनी, सुगंधानं आणि बारिशच्या बुंद बुंद मध्ये!

हे पाणी? आत्ता? कारंज्याचा फवारा! ना इथं सुगंध आहे, ना सूर! इथं आहे तो मी एकटा. आता तर दरबारी गायकही नाहीत आणि सरदार राणासिंगही नाही. पागशाळा आहे, परंतु... पागशाळा तिथंही होती. तो रुद्र दिसतो आहे. सर्व अश्वांना खरारा करणारा. रुद्र! तो कधी हसत का नाही? हसण्यानं मनाला किती मोकळं वाटतं, हे त्याला कधी समजणार?

तो मात्र हसायचा. तो आत्ताही हसतो आहे. पाण्याला कवेत घेण्यासाठी त्यानं हात पसरले आहेत. सुगंधाला. नाही शरीरच सुगंध होण्यासाठी तो भरभरून श्वास घेतो आहे. पारिजातकाच्या सुगंधाबरोबर मातीचा सुगंध सरमिसळ झालेला... आणि त्यातच मिसळलेला, एकरूप झालेला तो झंकार!

त्याच्या व्यापून जाण्याकडे भार्गवी अनिमिष नजरेनं बघत आहे. त्याचं हसणं बघून, ऐकून ती स्तिमित झाली आहे. हेवा वाटतो आहे का तिला?

***

"क्रांतिवीर, जरा हळू!''

"तू अजून इथंच?''

"तुझ्याचमुळे अडखळले आहे.''

"तू जा. मी नाही जाणार आत, मंदिरात.''

मी जरा आड झालो. तिथंच बैठक घातली आणि मग किती काळ गेला, नाही समजलं. बऱ्याच अवधीनं काहीतरी जाणवलं. मी डोळे उघडले. माझ्या सामने एक भारदस्त व्यक्ती उभी होती. सफेद दाढी, सफेद बाल आणि डोक्यावर एक गोलाकार टोपी, नक्षीदार. घोळणा आणि सैल कुर्ता! ते माझ्याकडे बघत होते. त्यांच्या चेहऱ्यावर हास्य होतं आणि नजरेत कुतूहल!

"कौन हो बेटा?"

"मी, क्रांतिवीर, नमन."

"नमन, यहाँ क्या कर रहे हो?"

"सुन रहा था।"

"क्या सुना?"

"काही समजलं नाही; परंतु हरवलो होतो. कुठं, ते माहीत नाही."

"बीन सुनी है कभी?"

"बीन?"

"वीणा. वीणा वाद्य ऐकलं आहे कधी?"

"नाही."

"देखा है?"

"नाही."

"चाहोगे देखना?"

"काय?"

"बघायची आहे वीणा?"

"हो ऽऽऽ!"

"चलो."

मी स्तब्ध! 'स्तब्ध' असं रुद्र म्हणायचा, म्हणतो. धनुष्यबाण हातात घेतला की, लक्ष्यावर नजर स्थिर करायची असते आणि स्तब्ध व्हायचं. मन एकाग्र, लक्ष एकाग्र करायचं आणि मग प्रत्यंचा खेचायची आणि बाण सोडायचा. आता एक चांगलं होतं. कोणताही जीव लक्ष्य म्हणून ठेवला जात नव्हता. गवताचे पक्षी, प्राणी केलेले असायचे. हे ठीक होतं. सराव चांगला होऊ लागला होता. तसा स्तब्ध मी आत्ता झालो. वीणा? बीन?

"ये देखो..."

"काय आहे?"

"बीन! वीणा म्हणतात हिला."

"हे एवढे मोठे गोल?"

"हां! बैठो."
"जी?"
"बैठोऽऽ"
मी बसतच होतो आणि दारात गुरुजी दिसले.
"बंधूऽऽ"
"या गुरुदेव! आईये!"
"क्रांतिवीर, तू आत्ता इथं कसा? ही वेळ तर भोजनालयात असण्याची..."
"मैंने ही कहाँ उसे, आने के लिए । बडी अलग चीज है ये।"
"बंधू, मला आज्ञा द्या आणि क्रांतिवीरलाही."
"ठीक है।"
"चल क्रांतिवीर."

गुरुजी बडे उस्तादांची आज्ञा घेतात? मला आश्चर्य वाटलं... मी काही विचारणार होतो; पण गुरुजींचा चेहेरा बघून गप्प झालो.

भोजनालयात आल्यावर त्यांनी मला फलाहार करण्याची आज्ञा दिली. नमन करून मी फलाहाराला सुरुवात केली. सोम, कान्नेन, गिरिक, मरुत, अश्रेय, चिदात्मा, एकाक्ष, सगळेच माझ्याकडे बघत होते. मी गोंधळलो. मला माझी काही चूक झाली आहे का, असं विचारायचं होतं; पण कुणाला विचारणार?

"आज पाऊस आहे. आज केवळ अध्ययन करायचं आहे. श्रेभ्य, तू सर्वांना कुटीत घेऊन ये."
"आज्ञा!"

गुरुजी गेले आणि सर्व जण मला काही विचारू इच्छित होते, पण...

झनीमाई सर्वांसाठी दुधाचे पेले घेऊन आली. माझ्याजवळ आली.

"बाळ, तू अध्ययनाकडे लक्ष दे. बडे उस्ताद फार लहरी आहेत. ते इथं आहेत तोपर्यंत तू त्यांच्यासमोर पुन्हा जाऊ नकोस. गुरुजींना आवडणार नाही."

"झनीमाई, मी नव्हतो गेलो. सच! तेच आले आणि ते आले आहेत हे मला नाही समजलं."
"काळजी घे पुढे."
"आज्ञा."

***

तो 'आज्ञा' असं म्हणाला; पण त्याला समजतच नव्हतं की गलती काय होती? आणि काळजी घ्यायची म्हणजे काय करायचं, हेही त्याला समजत नाही आहे. बीन वाजू लागली की तो बेभान व्हायचा. तो बेभान होत आहे. तो! बघतोय ना मी त्याला. बीनची झंकार इतकी की, दूरपर्यंत ती झंकार घुमत राहते. किती अंतर तोडून येते; मग लक्ष कसं लागणार अध्ययनात.

गेले पाच-सहा दिवस तो कोशिश करतो आहे. नाही ऐकायची बीन; पण तसं होत नाहीय. त्याला इतर शिष्यांचं आश्चर्य वाटत होतं की, कुणालाच कशी ती बीन ऐकू येत नाही? सगळे शांतपणे अध्ययन कसं काय करू शकतात? आणि सगळे करू शकतात तर तोच का नाही करू शकत?''

गुरुजी शिकवत आहेत आणि तो? तो तसाच हरवल्यासारखा. कुठंतरी... जसा मी आत्ता हरवलो आहे. त्याच्यात, कुठंतरी!

***

प्रातर्भजामि मनसो वचसामगम्यं
वाचो विभान्ति निखिला यदनुग्रहेण।
यन्नेति नेति वचनैर्निगमा अवोचुः
तं देवदेवमजमच्युतमाहुरग्रम्॥

जे आत्मतत्त्व मन, वाणीला अगम्य आहे. ज्याच्या अनुग्रहामुळे, संनिधमात्राने सर्व वागादि इंद्रिये स्वव्यापारामध्ये प्रवृत्त होतात, ज्याचं वर्णन सर्व वेद 'नेति नेति' या शब्दांनी करतात, जे देवांचंही प्रकाशस्वरूप आहे, जे जन्मरहित, अच्युत आणि सर्वांचं आदिकरण असं सांगितलं जातं, त्या आत्मतत्त्वाचं मी प्रातःकाली ध्यान करतो.

आत्मतत्त्व? माझं आत्मतत्त्व कोणतं आहे? ते माझ्या मनाला आणि वाणीला समजत नाही का? पण मला समजतं. मला जाणवतं. आता मला पूर्णत्वानं जाणवतं. माझं आत्मतत्त्व सूर आहेत. मला लक्ष्य समजलं नाही. मला त्याचा भेद समजत नाही, पण स्वर मला भेदून जातात. मी नाही या अध्ययनासाठी. माझं अध्ययन म्हणजे बडे उस्तादांचे सूर. त्या सुरात हरवणं. ते सूर आत्मसात करणं. त्या सुरांना आत्मतत्त्व बनवणं. बनवणं? मी कोण बनवणारा? मी तसाच बनलो आहे. बनवला गेलो आहे.

ढग बाजूला झाले आहेत. मळभ गेलं आहे. काली घटा हट गयी है। स्वच्छ सुरेख, शुद्ध, निर्मळ सूर्यकिरणं. बारिश संपली आणि तीन-चार माह चाललेली

माझी तगमग संपली.

ओहोळाच्या काठी अंगावर स्वच्छ सूर्यकिरणं बरसत होती. ओहोळ भरभरून वाहत होता. त्याचं पात्रं मोठं झालं होतं. ओहोळाचं पाणी माझ्या अंगावर सुकत होतं. पक्षी साथ देत होते. मला जागं करत होते. जागं होणं असं असतं? मला हसू आलं. एक कहानी याद आली. कोणी सांगितली होती...? पण कहानी नाही विसरलो.

एक गाव होतं. रात्रीची वेळ होती. सगळे झोपले होते आणि तेवढ्यात कुणीतरी मोठमोठ्यांदा रडू लागलं. ओरडू लागलं. आग लागली, आगऽऽ! गाव अर्धवट जागं झालं. कोण ओरडतंय, रडतंय? आग कुठं लागली? धावू लागली माणसं. एक म्हातारी तिच्या झोपडीत रडत होती. ओरडत होती. आग ऽऽ! पण आग तर कुठंच नव्हती. तिचं दार धक्का मारून लोकांनी उघडलं. ती आगऽऽ आग म्हणत होती, पण दिसत नव्हती आग कुठंच. कुणीतरी विचारलं, ''कुठं आहे आग? आम्ही पाणी घेऊन आलो आहोत. आग दिसली तर विझवू ना!'' ती म्हातारी हसू लागली. म्हणाली, ''आग बाहेर नाही, तुमच्या आत आहे. तुमच्याच घरात! आग बाहेर असेल तर नक्की विझवाल; पण आतली आग कशी विझवणार? आयुष्य जळतंय. नाही त्या गोष्टींच्या मागे लागला आहात. सर्व गोष्टी बाहेरच्या आहेत. आतल्या ज्वाळांचं काय कराल... कशानं विझवाल... जागे व्हा. बघा. आत काय हवं आहे, कसली आग आहे...कशानं विझणार आहे... जा- शोधा!''

मी जागा झालो आहे. माझी आतली आग मला समजली आहे आणि ती विझणार आहे ती केवळ सुरांनी!

मी शांत झालो. इतक्या वर्षांची तगमग शांत झाली. मला माझं जागं होणं समजलं.

''श्रेभ्य, तू आलास. बरं झालं.''

''क्रांतिवीर, तुला शोधणं फारसं कठीण नाही. तू इथंच भेटशील याची मला खात्री होती.''

''इतक्या वर्षांचा परिपाठ, आदत आहे माझी तर...!''

''आज सर्व शिष्यांच्या परीक्षा आहेत, लक्षात आहे ना?''

''होय.''

''गुरुकुलातली शेवटची काही वर्षं... आणि मग तू जाशील राजमहाली. आजची परीक्षा महत्त्वाची आहे.''

''जाणतो.''

“तयार आहेस ना?”

“श्रेभ्य, मी नाही परीक्षा देणार.”

“क्रांतिवीरऽ!”

“मला आज्ञा मोडायची नाही; परंतु मला ज्ञात झालं आहे. मला काय हवं आहे, हे मी आता जाणतो.”

“काय?”

“मला बीन हवी आहे. मला तो झंकार हवा आहे. मला तो सूर हवा आहे. मी नाही रमत धनुष्याच्या टणत्कारात, तलवारींच्या खणखणाटात, घोड्यांच्या टापात, दांडपट्ट्याच्या सपकाऱ्यात. नाही, माझा जीव या गदारोळात गुदमरतो. मी नाही या सर्वांसाठी!”

“तू राजपुत्र आहेस, हे विसरलास? इथं गुरुकुलात ‘सर्व समान’ असं जरी असलं तरी तुझं राजपुत्र असणं, हे सत्य तुला स्वीकारावंच लागेल आणि त्या ओघानं तुझं कर्तव्यही...!”

“मी केवळ राजपुत्र आहे? बस? मी ‘मी’ नाही?”

“आहेस! परंतु राजपुत्राला, राज्य करणाऱ्याला ‘मी’ नाही. तो स्वतःचा सोडून संपूर्ण राज्याचा असतो. गुरुजींनी राजाची कर्तव्यं अध्ययनात सांगितली आहेत. स्मरण आहे ना?”

“होय. परंतु...”

“सज्ज हो परीक्षेसाठी...”

दिवस सरला. सांजवेळेची प्रार्थना झाली. भोजनालयात सगळे जमले असणार. मी माझ्या कुटीत बसून राहिलो. मी परीक्षा दिली नाही. मी नासमझ ठरलो होतो. मी एकटा होतो. पूर्णपणे एकटा. दाईमाँ सोडून गेली त्या दिवशी जसा एकटा होतो, देवीमाँनं हाताची पकड सैल केली होती त्या दिवशी जसा एकटा होतो, तसाच आज एकटा होतो. एकाक्ष सर्वोत्तम धनुर्धारी ठरला होता. गिरिकनं दांडपट्ट्यात प्रावीण्य मिळवलं होतं. सोम उत्तम घोडेस्वार ठरला होता आणि अश्रेयनं तलवार तळपवली होती. मरुतनं अर्थशास्त्र आत्मसात केलं होतं. तपन वेदशास्त्रात आणि कान्नेन राज्यशास्त्रात आणि मी? मी हरलो होतो. क्रांतिसेन... शूरवीर राजाचा पुत्र... हरला होता. काय चूक नि काय योग्य त्याचं आकलन होत नव्हतं. राजदरबारी प्रगती कळवली जाणार आणि ती प्रगती नसून अधोगती ठरणार. मी मला ओळखू शकलो, ही अधोगती? गुरुजी सांगतात, आत्मा हाच सर्वसाक्षी आहे, सर्वसाक्षी आत्मा! माझा आत्मा साक्ष देतो आहे की क्रांतिवीर, तू योग्य केलंस! पण मग आता भविष्य काय? गुरुजींना काय सांगू? मी काय करू? मी काय करू?

"अकेले हो?"

"बडे उस्तादजी!"

"हां. कहो! कीं कारणेन? आश्चर्य वाटलं? अरे, पंडित तर आम्ही बालवयापासून आहोत. आमचे पिता मोठे वेदशास्त्री! बालवय त्यांच्याच सान्निध्यात गेलं, पण पुढे मार्ग भिन्न झाले. बडी लंबी कहानी है! जरुर सुनाऊँगा! पण आज नको. हमने सुना की आज तुम्ही परीक्षा दिली नाहीत!"

"क्षमा असावी."

"माफी? क्यूं?"

"गुरुजींनी एवढी मेहनत घेतली माझ्यासाठी आणि मी..."

"गुरूनं मेहनत घ्यायलाच हवी. आपल्याकडे असलेलं सर्व ज्ञान दान करायलाच हवं. म्हणूनच तर तो गुरू असतो आणि गुरू शिष्याला ओळखतो. ऐसा कहते है, की गुरू चांगल्या शिष्याची वाट बघत असतो. सिर्फ शिष्यालाच चांगला गुरू हवा असतो असं नाही."

"मी नाही चांगला शिष्य ठरलो."

"तू परीक्षा दिली नाहीस, याचा अर्थ चांगला शिष्य नाहीस असं कुणी सांगितलं? परीक्षा देऊन जर अपयश आलं असतं तर? शिष्य आणि त्यातही चांगलं आणि वाईट असं काही नसतं."

"पण..."

"चलो, दावत पे चलते हैं!"

"दावत?"

"भोजनाचं आमंत्रण घेऊन आलो आहे. तुझे गुरुजीही अजून तसेच आहेत. तुझी राह बघत आहेत."

"गुरुजी जेवले नाहीत?"

"चलो!"

गुरुजी शांत होते. ते खरंच वाट बघत होते. झनीमाई जेवण वाढत होती. भार्गवी तिथंच उभी होती. बाकी सगळे शिष्य आपापल्या कुटीत निघून गेले होते. शिष्यांनी स्वतः वाढून घ्यायचं असतं; पण आज मला झनीमाई वाढत होती.

भोजन झालं आणि गुरुजींनी मला त्यांच्या कुटीत नेलं. बडे उस्ताद, गुरुजी आणि मी. मी मान खाली घालून उभा राहिलो. आता गुरुजी काय म्हणतील? डर होता? नाही. मी शांत होतो.

"आसन घे क्रांतिवीर, बैस."

“बैठो बच्चा...”

“हं. सांग. आज काय झालं? परीक्षा दिली नाहीस.”

“क्षमस्व गुरुजी.”

“उद्या तुझी एकट्याची परीक्षा घेऊ.”

“....”

“काही बोलत नाही आहेस?”

“क्षमा, पण सत्य सांगू?”

“तीच अपेक्षा आहे क्रांतिवीर.”

“गुरुजी, मला समजलं आहे मला काय हवं आहे ते.”

“अस्सं? ठीक. सांग तुला काय हवं आहे?”

“मला बीन हवं आहे. मला वीणा शिकायची आहे. इतके दिवस मी तिचा झंकार ऐकतो आहे आणि तो ऐकत असताना माझ्या आत, अंगभर तो झंकार उमटत राहतो. मी तिथं एकाग्र होतो. आनंद मिळतो, मी बेभान होतो. मी तळमळत राहतो. मला गुरुजी, नाही... मी नाही सांगू शकत शब्दांत. ते सूर मला या सर्वांपलीकडे नेतात.”

“क्रांतिवीर, तू इथं कशासाठी आला आहेस, हे तू जाणतोस. आज इतकी वर्षं तुला मी विद्या शिकवत आहे. तू एक समर्थ राजा व्हावास म्हणून हे गुरुकुल तुला विद्या देत आहे. तुझं व्यक्तिमत्त्व अष्टपैलू बनवण्याचे यत्न घेतले जात आहेत आणि तू तसा आहेस. प्रावीण्य मिळवणारा. प्रत्येक विद्येत तुझं कौशल्य मी बघत आलो आहे. परीक्षा ही तशी नगण्य गोष्ट आहे; परंतु स्वतःचं कौशल्य जाणून घेण्यासाठी, तुम्हाला ती जाण येण्यासाठी परीक्षा असते. तुझं ध्येय वेगळं आहे, भिन्न आहे. शूर राजा क्रांतिसेनची गादी तुला पुढे चालवायची आहे. तू एक पराक्रमी राजा, तू भविष्य आहेस आणि राजा क्रांतिसेन हा वर्तमान! मोठ्या विश्वासानं राजा क्रांतिसेननं तुला या गुरुकुलात पाठवलं आहे आणि तो विश्वास मी मोडू शकत नाही आणि तूही त्या विश्वासाला पात्र ठरायला हवंस.”

“गुरुजी, मी जाणतो हे. परंतु माझं मन, माझा आत्मा माझी साथ देत नाही. मी भिन्न होतो. माझ्यातच दोन क्रांतिवीर तयार होतात. ते द्वंद्व मला मोकळा श्वास घेऊ देत नाही. मला माझं आत्मतत्त्व समजलं आहे.

“बंधू, तुम्ही ऐकत आहात ना?”

“दैवायतं न शोचेत् । उमंग, या दैवाधीन गोष्टी आहेत. त्याचा शोक कुणीच करू नये.”

“म्हणजे बंधू?”

“होय उमंग! ये बच्चा अलग है । त्याचे डोळे बघ. त्याच्या डोळ्यांतला भाव

बघ. मी हे तेव्हाच जाणलं होतं, जेव्हा प्रथम मी याला प्रार्थनामंदिराबाहेर बघितलं. मैं बीन बजा रहा था। मेरा रियाज पूरा हुआ। मंदिर से बाहर और देख रहा था इसे! ध्यान अजून वेगळं असू शकत नाही. तू गुरू आहेस याचा. ओळख या शिष्याला. धर्म आणि आत्मा दोन भिन्न गोष्टी आहेत. याचा धर्म जरी क्षत्रिय असला तरी त्याचा आत्मा कलावंताचा आहे. जन्मानं त्याचा धर्म ठरवला; परंतु आत्मा त्याचा स्व-भाव आहे. ये बच्चा मुझसे भी बेहेतर फनकार होगा...!

"म्हणजे?"

"आज, अभी से ये मेरा शागिर्द!"

"बंधू, संकट ओढवेल."

"असं झालं नाही तर एक वृक्ष बहरण्याआधीच मरून जाईल."

"मी माझं कर्तव्य, माझा धर्म नाही सोडू शकत."

"उमंग, तशी वेळ येणार नाही. धर्म सोडावा लागणार नाही. अनेक शिष्य आहेत इथं."

"परंतु राजे क्रांतिसेन... त्यांना कसं सांगायचं? राजपुत्राच्या अध्ययनाची, त्यांनी दिलेल्या विश्वासाची किंमत? जबाबदारी?"

"राजाचा पुत्र हा राजाच झाला पाहिजे, यह जरुरी नहीं है। आपल्या दोघांना बघ! वेदशास्त्री! एक महान योगी, लेकिन त्यांची दोन मुलं – एक वेदाभ्यास, अध्ययन करून आज अनेक शिष्यांना विद्या दान करतो आहे आणि एक? बीन लेके घूम रहा है। यहाँ-वहाँ! वेदशास्त्र्याचा पुत्र बडे उस्ताद! कभी सोचा था? पण हाच फरक आहे. उस जमाने में एक वेदशास्त्री समजले की ये बच्चा, उसकी आत्मा कही और है। और उन्होंने इस बेटे को उसके आत्मा के हवाले कर दिया। शास्त्र मीही शिकलो; परंतु त्यात रमलो नाही. लेकिन वह सब चिजें आज भी याद हैं। 'शास्त्रज्ञोप्यलोकज्ञो मूर्खतुल्यः' अर्थात्, जो शास्त्र जाणतो, पण लोकपरीक्षा जाणत नाही, तो मूर्खासारखा होय! आपण दोघंही हे शिकलो आहोत. फर्क इतनाही है, तू आज ते इतरांना शिकवतोस आणि मी ते प्रत्यक्षात उतरवतो.

"बेटा, आज से तू मेरा शागिर्द!"

आणि मी बडे उस्तादांच्या पायांवर साष्टांग नमन घातलं.

सहा

बीनला प्रथमच स्पर्श करताना तो मोहरून गेला, हे मला दिसतं आहे. मोहरणं असं असतं होय? तेव्हा नव्हतं समजलं. समजली होती ती एक हुरहुर, एक दडपण, आनंद आणि... आणि... असंच... रातराणीच्या सुगंधासारखं. बडे उस्तादांनी त्याच्यावर भरवसा दाखवला. गुरू शिष्याला ओळखतो. खरंच, त्यांनी त्याला ओळखल; पण बहोत राह देखनी पडी! ते त्याला निरखत होते का? की ते त्याची परीक्षा घेत होते? पहिल्या दिवशी बघितलेलं त्याचं ध्यान ही गोष्ट तेवढ्या एकाच क्षणाची नव्हती ना... असं ते बघत होते का? असेलही. पण तसं असेल तर तो जिंकला. परीक्षा पास झाला. रात्रभर त्याला झोप आली नाही. तो तळमळतोय. पहाट होण्याचा इंतजार! तो उघड्या नजरेनं स्वप्न बघतो आहे. तो बीन वाजवतो आहे आणि मग, संपला इंतजार! पहाट झाली. सर्व पक्ष्यांनी एकत्र येऊन त्याला सांगितलं, "चल, तुला जो दिवस उगवायला हवा होता, तो उगवतो आहे. आज ओहोळही तुझी वाट बघतो आहे. तोही आनंदानं उसळ्या घेत धावतो आहे. वृक्षांचे पर्ण सळसळत आहेत आणि दवबिंदू तुझ्यावर वर्षाव करण्यासाठी आतुर आहेत. चल..."

तो लहान मुलासारखा बागडत गेला. त्यानं सर्व प्रकृतीला वंदन केलं. त्यानं हात पसरले. सर्व प्रकृतीला कवेत घेण्यासाठी, तो अवखळ, नाचरा, ओहोळातलं पाणी उडवणारा, पक्ष्यांच्या सुरात सूर मिसळणारा.

प्रार्थना मंदिरात प्रवेश करताना मात्र तो शांत, स्थिर होता. त्याच्या चेहऱ्यावर एक धीरगंभीर भाव होता. तो अचानक मोठा झाल्यासारखा दिसतोय आणि त्यानं बडे उस्तादांच्या आज्ञेवरून नमन करून बीनला स्पर्श केला.

***

"ये लो, हाथ में बंधा देता हूँ। शागिर्द हो आज से!"

बडे उस्तादांनी माझ्या मनगटात दोरा बांधला. याला गंडा म्हणतात असंही त्यांनी सांगितलं. शिष्य म्हणून गुरूची स्वीकृती!

मी बीनची पूजा केली. बीनवर मस्तक ठेवलं. बडे उस्तादांच्या चरणी मस्तक ठेवलं आणि बडे उस्तादांनी बैठक घेतली.

बीन उभी करून त्यांनी एक भोपळा कानाला लावला आणि बीनचा दुसरा भोपळा त्यांनी पावलावर ठेवला. तार छेडली आणि संपूर्ण प्रार्थनामंदिर झंकारानं भरून गेलं.

''बेटा, इसे वीणा कहते हैं। ही वीणा म्हणजे शिवाचं वाद्य! शिवाच्या रुद्र रूपामुळे या वीणेला रुद्रवीणा असं नाव पडलं. वैसे देखा जाये तो बहोत सारे नाम है, एकतंत्री, किन्नरी, आलापिनी, मनकोकिला, पिनाकी, विचित्रवीणा. रुद्रवीणेची निर्मिती महादेवाने केली. सरस्वती वीणा ही वीणा देवी सरस्वतीने निर्मित केली. वीणा या शब्दाचा अपभ्रंश झाला आणि बीना असं उच्चारलं जाऊ लागलं आणि बीनाचं बीन झालं. हम बीन कहते हैं।''

'ओमऽऽ ' हा नाद या बीनमधून उमटतो. 'ओम' हा अनाहत नाद आहे. हा ऋषींचा नाद आहे, असं म्हटलं जातं. आहत नाद मनुष्याचा. मनुष्यश्रुती... श्रुतीमधून स्वर. स्वरामधून थाट आणि थाटामधून राग.

ही बीन बनते – या बीनच्या प्रत्येक भागाला महत्त्व आहे. विशेष नाव आहे. हे दोन भोपळे म्हणजे ब्रह्मांड! हा मोराचा आकार. शिसम आहे हे. बीनला सात तारा असतात. त्या सात तारा म्हणजे मोराचा पिसारा. हा पिसारा या खुंट्यांना जोडला आहे. या खुंट्यांना डोलो म्हणतात. हे पडदे स्वर निर्माण होण्यासाठी. हे या दांडीवर मेणाने बसवले आहेत. याला घोडी अथवा जवारी म्हणतात. हत्तीच्या दातांपासून हा सेतू निर्माण केला आहे आणि या नख्या. दोन बोटांत घालायच्या असतात.''

''जी!''

''ही छोटी बीन – तुझ्यासाठी.''

''मला?''

''होय. अब तक जो मैंने आपको कहा, दोहोरा सकते हो?''

''जी!''

....

....

....

''बहोत खूब! इसे याद रखना, अब कल! अभी रियाज करना है मुझे।''

''मैं सुन सकता हूँ?''

''बेहतरीन! तू तर हिंदी बोलू लागलास!''

''राजमहालात, तिथे एक गावही आहे, बोलतात तिथे हिंदी आणि... इतके दिवस आपल्याला ऐकतो आहे, तर...!''

''खूब खूब! अब कुछ सुनायें?''

''मी नमनच केलं आणि मग सूर – झंकार – धीरगंभीर – अनाहत अनाहत! ओऽऽम् ! ओऽऽम् !''

''क्रांतिवीर.''

''श्रेभ्य, ये ना.''

''तुझं अध्ययन कसं चालू आहे?''

''अजून तशी सुरुवात झाली नाही; परंतु प्राथमिक माहिती दिली गेली.''

''म्हणजे तू आता नित्याचं अध्ययन करणार नाहीस?''

''श्रेभ्य, काय सांगू?''

''गुरुजींचा विचार कर. त्यांना क्लेष होत असतील. बंधू- वडीलबंधूंपुढे ते काही बोलू शकत नसतील; परंतु तू त्यांचा शिष्य. वर्षं घालवलीस त्यांच्या छत्राखाली. ज्ञान प्राप्त केलंस. आणि आता शेवटचं काही अध्ययन बाकी आहे आणि तू...''

''श्रेभ्य, मी समजू शकतो. मला कुणालाही दर्द द्यायचा नाहीये. गुरुदेवब्राह्मणेषु भक्तिर्भूषणम् । गुरू, देव आणि ब्राह्मण यांच्या ठिकाणी भक्ती असणे, हे भूषण होय. गुरुजींनी शिकवलंय. मी विसरलेलो नाही. माझी भक्ती आहेच. असणारच.''

''मान्य. परंतु गुरुजी वचनाला बद्ध आहेत. राजे क्रांतिसेनांना त्यांनी वचन दिलं आहे. तुझ्या अध्ययनामुळे ती वचनपूर्ती होणार आणि आपल्या गुरूंना वचनातून मुक्त करणं हे प्रत्येक शिष्याचं कर्तव्य आहे.''

''श्रेभ्य, मी काय करावं?''

''गुरुजींच्या वचनाची पूर्ती.''

''आणि माझं मन, माझा आत्मा?''

''त्यास नकार कुणी दिला आहे?''

''याचा अर्थ मी दोन्ही ज्ञान संपादन करावं?''

''होय.''

''आज्ञा.''

''नाही मित्रा, ही आज्ञा नाही. आज मला आनंद होतो आहे आणि गुरुजींनाही समाधान प्राप्त होईल त्याची मला खात्री आहे. येतो मी.''

तो अस्वस्थ आहे. त्यानं श्रेभ्यला शब्द तर दिला, केवळ गुरुजींसाठी; परंतु तो अस्वस्थ आहे. अर्थशास्त्र, राज्यशास्त्र यांत त्याला रस नाही, असं नाही. परंतु

कुणाचा जीव घेणं, हे त्याला मान्य नाही. गुरुजी सांगायचे, 'यथा बीजं तथा निष्पत्तीः।' जसं बीज तसा अंकुर. पण त्याचं बीजच वेगळं होतं. मग अंकुर वेगळा कसा असणार? एकदा तो लहान असताना त्याच्या राजे पिताश्रींनी त्यांच्या बालवयातली एक कहाणी सांगितली होती त्याला. त्याच्या राजे पिताश्रींच्या वडिलांनी राजे पिताश्रींना ते बालवयाचे असताना त्यांना युद्धास नेलं नव्हतं आणि या नकाराचे राजे पिताश्रींना फार क्लेश झाले होते. त्यांना युद्धास जायचं होतं आणि जेव्हा तो लहान होता आणि त्याचे राजे पिताश्री युद्धास गेले, तेव्हा त्यांनी त्या बालमनाला सोबत नेले. प्रत्यक्ष युद्ध दाखवले. रक्तपात दाखवला. धगधगत्या, न विझणाऱ्या चिता दाखवल्या आणि त्याचं ते बालमन पार होरपळून गेलं. युद्धाची, हत्येची त्याला दहशत वाटू लागली. त्याला तेव्हा आधार हवा होता. माया हवी होती. का नाही देवीमाँनी त्याला जवळ घेतलं? मातृहृदय तेव्हा का नाही पाझरलं? एखाद्याला धीट, खंबीर, शूर करायचं म्हणजे एकाकी करायचं असतं का? मातीला आकार द्यायचा म्हणजे तिला ती कच्ची असताना तुडवायचं असतं का? त्याचा त्या बालवयातला आक्रोश या दगडी राजमहालाला साधी चिराही नाही पाडू शकला. आज त्याला हे सर्व याद येत आहे. तो तिथं त्या ओहोळाच्या काठाशी एकाकी बसला आहे. अस्वस्थ!

"क्रांतिवीर, एकटाच?"

"हो. आज एकटाच आहे. पक्षीही साथीला नाहीत आणि हे पाणीही शांत, संथ, स्वतःतच!"

"अचानक सर्व बदलतंय ना?"

"भार्गवी. माझं काही चुकतंय?"

"चूक? चूक असती तर बडे उस्तादांनी तुला शागिर्द बनवलं नसतं."

"गुरुजी?"

"त्यांची चिंता वेगळी आहे. ती तुझ्या अध्ययनाशी जरी निगडित असली, तरीही त्याहून अधिक ती तुझ्या भवितव्याशी निगडित आहे."

"मी समजलो नाही."

"तुझं भवितव्य काय असणार? इतिहास साक्ष आहे क्रांतिवीर, कोणाही राजाचा राजपुत्र हा वादक, संगीत कलाकार नाही. राजपुत्र म्हणजे राज्याचा भावी राजा! आणि त्यानं त्याच्या बळावर राज्य सांभाळायचं, विस्तृत करायचं, राज्याचं रक्षण करायचं. जे राजपुत्र समर्थ ठरले, ते राज्य जीवित राहिलं. जे राजपुत्र असमर्थ ठरले, ते राज्य पारतंत्र्यात गेलं. परंतु त्यातला कुणीही राजपुत्र संगीत कलावंत नव्हता. तुझ्यासारखा राजपुत्र... चिंता या भवितव्याची आहे."

"अतिलाभः पुत्रलाभः असं गुरुजींनी सांगितलं होतं. पुत्रलाभ हा सर्वांत श्रेष्ठ लाभ! मी तसा पुत्र नाही. मी माझ्या वडिलांसाठी, मातेसाठी श्रेष्ठ लाभ नाही."

"क्रांतिवीर, असं नाही. तू श्रेष्ठ आहेस. तू तुझ्याशी प्रामाणिक आहेस. स्वतःला फसवणं, ही सर्वांत मोठी फसवणूक असते. तू तसं केलं नाहीस. इतरेजनांसाठी तू स्वतःला फसवलं नाहीस आणि जी व्यक्ती स्वतःला फसवते, ती संपूर्ण विश्वाला फसवते आणि सत्याची किंमत मोजावी लागते. स्वतःला न फसवणं हे सत्य तू आचरणात आणलंस आणि म्हणून तुला ही किंमत मोजावी लागेल की, क्लेश होतील, विरोध होतील, दुःख होईल; परंतु अंततः तुला तुझा आत्मा मिळेल."

"भार्गवी, मी फार आत्मकेंद्रित झालो आहे का?"

"उत्तर तुझ्याचकडे आहे क्रांतिवीर. हा तुझ्या हातातला गुरूंनी बांधलेला गंडा! जप त्याला. तुझे भाव जप. स्वतःलाही..."

भार्गवी इतकी स्थिर कशी? संपूर्ण गुरुकुलात ही भार्गवी आणि झनीमाई; पण झनीमाई तर किती वयस्कर. मग भार्गवीला हे कोण शिकवतं? ती सर्वांशी असंच बोलते? अश्रेय, मरुत, सोम, गिरिक, एकाक्ष... काही जण तिच्यापेक्षा वयानं मोठेही असतील. आणि श्रेभ्य? दोघं भावंडं श्रेभ्य आणि भार्गवी, पण दोहोंच्या विचारांत अंतर किती? दोघंही योग्य! आणि मी असा मध्यावर!

***

"शागिर्द, आज हम सुरों के बारे में कुछ कहेंगे."

"जी।"

"आज कहीं और चलते हैं. निसर्गाच्या सान्निध्यात. बेटा, हा निसर्ग आपल्याला बहोत कुछ देऊ इच्छितो. तो देत असतो. घेण्याची वृत्ती हवी. त्याने निर्माण केलेला प्रत्येक जीव आपल्याला काही देत असतो. रुद्रवीणेला मोराचा आकार दिला आहे."

"क्यूँ?"

"वही बता रहा हूँ. मोर दिसायला फार सुंदर; परंतु त्याचा केका बदसूर वाटतो. बडा मजाक है. त्याचा सूर बदसूर वाटतो; पण त्याच्याच केकातून 'सा' स्वर निर्माण झाला. मोर नेहमी 'सा' ते 'सा' असा ओरडतो. सरगम! सा रे ग म प ध नी हे सात सूर आणि या सात सुरांवर संपूर्ण संगीत उभारून आलं. पहिला सा आणि शेवटचा सा. मोर तसा ओरडतो. मग येतो रे. रे हा वृषभचा स्वर. वृषभ – बैलाचं ओरडणं रे च्या सुरातलं. गलत! बैल जे ओरडतो तो स्वर म्हणजे रे! ग येतो बकरीच्या स्वरातून. क्रौंच पक्ष्याचा स्वर 'म' देतो. कोकीळ प-पंचम देतो. घोडा– अश्वाच्या स्वरातून ध मिळाला आणि निषाद हत्तीच्या स्वरातून म्हणजे नी मिळाला आणि

शेवटी पुन्हा सा. सृष्टी म्हणजे एक वलय आहे. गोलाकार मंडल! ते पूर्ण व्हावं लागतं. तसंच या सूरांचं मंडल पूर्ण होण्यासाठी पुन्हा सा! हा सा वरच्या पट्टीतला. पहिला सा खर्जातला. हे सर्व सूर एकाच वेळेस नाही सापडले आणि हे सूर कुणाकुणाला कसे कधी सापडले, हेही कुणी सांगू शकत नाही. परंतु हे जे सूर सापडले, ते अव्याहत आहेत आणि ते सातच आहेत. त्या सूरांत अजून एखाद्या सूराला समाविष्ट करावं, असं कुणास वाटलं नाही.''

''का?''

''कारण ते परिपूर्ण आहेत. सप्तसूर, सप्तरंग, सप्तश्री, सप्तवार, सप्ताह म्हणतो आपण... परिपूर्ण आहे हे. निसर्ग काहीही अर्धवट ठेवत नाही बेटा.''

''जी.''

''सुरावट सा ते सा चे स्वर हे असे असतात...''

सा

सा रे सा

सा रे ग रे सा

सा रे ग म ग रे सा

म

म ग म

म ग रे ग म

म ग रे सा रे ग म

सा	म
सा रे सा	म ग म
रे ग रे	ग रे ग
ग म ग	रे सा रे

मी सुरांबरोबर वाहत होतो. सा रे सा, म ग म...

मला आज समजलं, मला पक्षी एवढे का आवडतात. मी त्यांच्या सूरांमुळे का आनंदित होत होतो.

मला आज समजलं, मी या वृक्षांत, त्यांच्या पर्णांत, या ओहोळात, त्या उगवत्या सूर्यात आणि चांदण्यात का मोहून जात होतो.

मला आज समजलं, बदसूर वाटणारा स्वर अनेक स्वरांचा पाया आहे.

मला आज समजलं, तलवारीचा खणखणाट मला कर्कश का वाटतो. कारण तो निसर्गाच्या खिलाफ आहे.

मला आज समजलं... मला आज बहोत समजलं.

***

"क्रांतिवीर, गुरुजींनी आज्ञा दिली आहे."

"गुरुजी. नमन."

"ये. आसन घे. बैस. क्रांतिवीर, शिक्षक, गुरुजी यांचं एक कार्य असतं. शिक्षक एक शक्तिशाली व्यक्तिमत्त्व असतं. कारण शिक्षकाच्या हातात नवी पिढी असते. आधीची पिढी आणि नवी पिढी यांना जोडणारी कडी म्हणजे शिक्षक होय. आधीचं ज्ञान पुढच्या पिढीला ज्ञात करून द्यायचं, हेच शिक्षकाचं कर्तव्य! त्यामुळे आधीच्या पिढीत आणि नव्या पिढीत दरी निर्माण होत नाही. आधीच्या पिढीच्या मान्यता, दृष्टिकोन यांचा प्रवेश नव्या पिढीच्या जीवनात एका शिक्षकाद्वाराच होतो. मी तसा शिक्षक आहे. त्या नव्या पिढीला विचारांनी, आचारांनी, गुणांनी समृद्ध करणारा. नव्या पिढीला आधीच्या पिढीतल्या संस्कारांनी जोडणारा. तू भिन्न मार्ग निवडलास. बंधू म्हणाले तसं की, आत्मायत्तौ वृद्धिविनाशौ. आपला उत्कर्ष किंवा अपकर्ष आपल्याच स्वाधीन आहे. तुझा मार्ग तुला खचितच उत्कर्षाकडे नेईल."

"गुरुजी, मी कष्ट दिले आपल्याला."

"नाही. कष्ट होण्यापासून परावृत्त केलं बंधूंनी मला. एक जीव आतल्या आत कष्टी होता. त्याला वेदना होत होत्या. संहार करणं ही त्याची वृत्ती नाही आणि मी संहाराचं ज्ञान देत होतो. परंतु, क्रांतिवीर, एका कलेचं नैपुण्य प्राप्त करणं हे केव्हाही हितावहच असतं. धनुर्धारी होता येणं, बाणानं वेध घेता येणं, हीसुद्धा एक कलाच आहे. कला अवगत करावी; परंतु तिचा विनियोग करायलाच हवा हे आवश्यक नाही. परंतु क्वचित स्वरक्षणार्थ कलेचा विनियोग अवश्य व्हावा."

"जी."

"परीक्षा द्यायलाच हवी हा अट्टहास नाही; परंतु प्राप्त केलेलं नैपुण्य जोखलं जावं, तर त्यात गैर नाही. होय ना?"

"आज्ञा."

"माझ्याकडून तुला संपूर्ण स्वातंत्र्य आहे. राजमहालात त्याचं उत्तर द्यावं लागेल. कारण, उत्तरदायित्व माझ्याकडे आहे; चिंता नसावी. तू तुझी विद्या आता निश्चिंत मनानं अवगत कर. बंधू आता इथंच वास्तव्य करतील. त्यांना त्यांच्या योग्यतेचा शागिर्द मिळाला आहे. यश प्राप्त होवो...!"

"नमन गुरुजी."

"परंतु आश्रमातले नियम मात्र..."

''पालन होईल.''

''ओम् !''

''येतो गुरुजी.''

तो शांत झाला. त्याच्या चेहऱ्यावरचं समाधान मला आत्ताही दिसतं आहे. जिवाची होणारी घालमेल पूर्णतः थांबली. त्यानं मनातल्या मनात अगणित नमन केले गुरुजींना. धन्यवाद दिले राजे पिताश्रींना! कारण त्यांनीच या गुरुकुलात त्याची रवानगी केली होती. तसं नसतं झालं, तर त्याला बडे उस्ताद भेटले नसते. त्याला त्याचा आत्मा गवसला नसता. तो तसाच अस्वस्थ राहिला असता. पुढे राजे पिताश्रींना कधी ना कधी सामोरं जावं लागेलच; परंतु त्याची चिंता आत्तापासूनच वाहण्याची आवश्यकता नाही, हेही त्यानं ठरवून टाकलं. आता एकच ध्येय. एकच आनंद. एकच जीवन... त्याच्या पावलांना गती आली. तो निघालाय प्रार्थनामंदिरात. तिथं बडे उस्ताद त्याची राह बघत असणार, हे तो जाणतो आहे. आणि हो, तसंच झालं. बडे उस्तादांनी त्याची बीन सूरमयी करून ठेवली होती... त्यानं अधीरतेनं नमन करून बीनची तार प्रथमच छेडली आणि मंदिर सूरांनी भरून गेलं.

***

''शागिर्द, या ज्या तारा आहेत, त्यांना शिवाच्या पार्वतीचं स्थान दिलं गेलं आहे. बाजूच्या दोन तारा म्हणजे चिकारी. वरच्या तारा म सा प सा आणि या बाजूची एक तार – तंबोरा तार. वीणा ही सर्व तंतुवाद्यांची जननी आहे. हे जे सुरावट निर्माण करणारे पडदे आहेत, यांना सूर्य स्थान दिलं गेलं आहे. या एका तारेत तीन स्वयंभू स्वर – पंचम, गंधार आणि कोमल निषाद आहेत. षड्जामध्ये सहा स्वरांची निर्मिती होते. सा ते सा मध्ये बावीस श्रुती असतात. आरोही आणि अवरोही. आरोही सूर्योदयाच्या वेळी आणि अवरोही सूर्यास्ताच्या वेळी- म्हणजेच स्वराचा उदय म्हणजे आरोही आणि स्वर उताराला लागतात ते अवरोही. आपण जी सरगम काही दिवसांपूर्वी म्हणालो होतो, ती सरगम आता आपण वीणेवर वाजवणार आहोत.''

''जी.''

''या नख्या तर्जनी आणि मध्यमा यांत घालायच्या, या अशा. तारा जुळवून ठेवल्या आहेत; पण हळूहळू तुला स्वतःला त्या जुळवता यायला हव्यात.''

''जी.''

आणि बडे उस्तादांनी तार छेडली. त्यांनी मलाही तार छेडण्यास खुणावलं. मी तार छेडली आणि कानाला स्पर्श होत असलेल्या भोपळ्यातून, ब्रह्मांडातून प्रतिध्वनी

उमटला. त्या क्षणी वाटलं की संपूर्ण ब्रह्मांड मला प्रतिसाद देत आहे. जसा मी पक्ष्यांना प्रतिसाद देतो. मी पुन्हा तार छेडली आणि पुन्हा मला प्रतिसाद मिळाला. मी आपादमस्तक प्रतिसाद झालो. तार छेडत राहिलो, मीच स्वर झालो. किती वेळ? किती पळं? कधीतरी बडे उस्ताद काही म्हणत होते ते समजलं.

"शागिर्द."

"जी?"

"सलाम करो, नमन कर."

"जी."

"अभी के लिये इतना काफी है।"

"आज्ञा."

"परंतु रियाज करना है।"

"जी."

"बीन घेऊन जा कुटीत. आता संध्याकाळी भेटू."

मी सलाम केला. बीन घेऊन माझ्या कुटीत आलो. मनात धून तरळत होती. मी नख्या घातल्या आणि तार छेडली. किती वेळ? माहीत नाही. डोळे उघडले तर समोर भार्गवी!

"भार्गवी?"

"का थांबलास?"

"आपोआप. थांबायचं म्हणून नाही थांबलो."

"तू कसं वाजवतोस हे मला नाही आकलन होत; परंतु तुझं एकरूप होणं हेच फार सुंदर आहे."

"तुला स्वर आवडले?"

"हो."

"आणि..."

"क्रांतिवीर, खरं सांगू? स्वर आवडले. कानांना फार सुखद वाटले. तू आवडलास कारण तुझ्या चेहऱ्यावर शांत भाव होते. जणू त्या स्वरांमधून तू तुझं मन रितं करत होतास. तुझं ध्यान मलाही जाणवलं. माझेही डोळे मिटले गेले. स्वर जणू झिरपू लागले. मी आले होते तुला भोजनासाठी बोलवायला. तुला तीही आठवण नाही, भुकेची जाणीव नाही; पण मी आले आणि मीच हरवून गेले."

"गुरुजी वाट बघत असतील. चल."

***

चंद्र आता अगदी मध्यावर आला आहे. किती शांत प्रकाशत आहे. कारंज्याचा थेंब न् थेंब चंदेरी होतो आहे. जेहेरुन्निसाला प्रथम बघितलं होतं तेव्हाही अशीच चांदणी रात्र होती. बडे उस्तादांनी तिची मुलाकात त्याच्याशी करून दिली होती. भार्गवीसारखीच बीन ऐकत राहायची, अगदी एकरूप होऊन.

बीन वाजवताना तो शांत दिसतो, हे त्याला भार्गवीमुळे समजलं. शांत दिसतो म्हणजे? त्याचा चेहरा समाधीत असल्यासारखा? प्रसन्न? क्या था वो? नाही समजू शकला तो. पण भार्गवी समजली. त्याला बीन वाजवताना बघणं हा तिचा व्यासंग झाला. तो पागल, त्याला केवळ बीन समजत होता; भार्गवी नाही समजली.

आज तरी समजली आहे का? आत्ता कुठं असेल भार्गवी? ती अजूनही आपली वाट बघत असेल?

तीही माझ्यासारखीच एकटी असेल? तीही आत्ता जागत असेल माझ्यासारखी? भार्गवी...!

सात

"हर एक राग का समय होता हैं । सूर्योदयापासून सूर्यास्तापर्यंत आणि रात्रीचा प्रत्येक प्रहर. निसर्गाला, या चराचराला अनुसरून स्वरांना बांधलं गेलं आहे. ठाठ भैरव. प्रातःकाळी वाजवायचा अथवा गायचा राग. स्वर असे आहेत– सा, रे, ग, म, पध, नी, सां हा आरोह झाला आणि अवरोह सा, नि, ध, पगम, रे, सा.

भैरव राग हा शांत आहे. प्राचीन राग आहे. हा राग गंभीर आहे. सूर्योदय जसजसा होत जातो, तसतसे याचे आलाप, ताना बदलतात.

राग बिलावल हा प्रातःसमयी वाजवतात. एकताल आणि बारा मात्रा असतात.

आरोह – सा रे ग म प ध नि सां

अवरोह – सां नि ध प म ग रे सा

पवित्र वातावरणात, नवीन उगवत्या दिनाची सुरुवात आल्हाददायी होण्यासाठी, लीन होण्यासाठी ही सुरावट आहे. शागिर्द, शायद ही कोई ऐसा इन्सान होगा जो ये सूर सुनकर होश न खो देता हो! होश खोनेही है. सुनो शागिर्द...!

मी प्रथम दिवशी का हरवलो होतो हे आता मला समजू लागलं आहे. सूर मनाला भावणं म्हणजे काय हे उमजू लागलं आहे. बडे उस्तादांनी इशारा केला आणि मीही तारा छेडू लागलो. कानाला लागलेलं ब्रह्मांड स्वरांना साठवून पुन्हा भरभरून देऊ लागलं. आरोह अवरोह निनादू लागले...

***

"सा विद्या या विमुक्तये"

विद्या तिलाच म्हणतात जी विमुक्त करते. विद्येची व्याख्याच अशी आहे जी जीवनात मुक्तीचा आनंद निर्माण करते. ज्या विद्येतून हा आनंद उपलब्ध होत नाही तिला विद्या म्हणण्यात काही अर्थ नाही.

“तुम्ही माझे शिष्य! तुम्हाला हे मी आवर्जून कथन करत आहे की, तुम्ही या विद्याप्राप्तीने आनंदी होत असाल तरच माझ्या विद्यादानाला महत्त्व, अर्थ आणि तथ्य आहे. हे आज कथन करण्यास कारण की, जेव्हा तुम्ही या गुरुकुलात आलात, त्या वयात तुमची मती, तुमचे विचार प्रगल्भ नव्हते. स्वतःला काय रुचतं, हे आकलन होण्याचं ते वय नव्हतं. जी प्राथमिक विद्या आहे ती आजपर्यंत तुम्हाला देण्यात आली. या विद्येचा विनियोग तुम्हाला आजीवन करता येणार आहे; परंतु आता ही पुढील विद्या प्राप्त करण्यासाठी प्रत्येक शिष्यानं आपल्या स्व-भावानुसार त्या त्या विद्येत प्रावीण्य मिळवावं. परीक्षेनुसार प्रत्येक शिष्यानं जे गुण आत्मसात केले आहेत, त्यानुसार तो विषय त्यांनी निवडावा आणि पुढील उच्च विद्या संपादन करावी.”

गुरुजी सांगत होते. अश्रेय, चिदात्मा, सोम, कान्नेन, एकाक्ष – सगळे स्वतःच्या विद्येची चर्चा करू लागले. या सर्वांमध्ये मी मात्र वेगळा होतो. तिथं असून नसल्यासारखा. मला काय वाटत होतं? मी अपयशी ठरलो होतो? गुरुजींनी इतक्या मोठ्या मनानं मला स्वातंत्र्य दिलं होतं आणि तरीही आत्ता मला अपराधी का वाटत होतं?

“क्रांतिवीर”
“आज्ञा.”
“श्रेभ्य आज दुपारी तुझी परीक्षा घेईल.”
“आज्ञा.”

आणि मला अकस्मात आनंदी वाटू लागलं. मला मीही गुरुजींचा शिष्य आहे, याचा आनंद झाला. होय, मला परीक्षा द्यायची होती. मी आज धनुष्य हाती घेणार होतो आणि मी घोडदौडही करणार होतो. आता माझ्या आत्म्यावर कसलंही दडपण नव्हतं. माझ्या मनात चिकारी छेडली जाऊ लागली.

प्रत्यंचेचा टणत्कार आज मला सुरेल वाटला. तीर सोडला मी आणि कानाजवळ प्रत्यंचा थरथरू लागली. श्रेभ्य टाळी वाजवत होता, तर तो ताल मनात ठेका बनला. मी हसलो. श्रेभ्य हसत होता.

“क्रांतिवीर, लक्ष्यभेद केला आहेस अचूक!”

मी स्तंभित झालो. किती समय गेला मी धनुष्याला स्पर्शही केला नव्हता, मग हे असं कसं झालं?

तलवारीचे दोन हात, तो खणखणाट मला कर्कश वाटला नाही. ती लय वाटली – द्रुत लय. एखादी खडी तान!

श्रेभ्य नवल करत होता आणि मी?

घोडेस्वारी करताना तर मला केवळ 'ध' च ऐकू येत होता. घोडा सा ते ध या पट्टीत ओरडतो. त्याचं खिंकाळणं मला सूर देत होतं आणि मी त्या सुरावर स्वार झालो मी, सुसाट वाऱ्याच्या वेगानं; श्रेभ्य कितीतरी मागे राहिला. मी आश्रमाच्या सीमेबाहेर जातच राहिलो. कितीतरी दूर. आश्रमाच्या परिसरापासून दूर. आणि अचानक मी लगाम खेचला. रफ्तार दुडकी चाल घेत थांबला. त्याच्या धपापणाऱ्या छातीवर मी थोपटलं आणि मी स्तब्ध झालो. या परिसरात मी कधीच आलो नव्हतो. छोटीशी वस्ती होती. आखीवरेखीव. मला राजमहालाच्या भोवतालच्या वस्तीची याद आली. माझ्या पाठोपाठ श्रेभ्यही आला.

"क्रांतिवीर, तू खचितच उत्तम घोडेस्वार आहेस. खरा राजपुत्र आहेस. तू गुरुजींचा मान राखलास."

"श्रेभ्य, ही वस्ती?"

"झनीमाईचं गाव आहे हे. इथंच तिचं वास्तव्य असायचं, पण गुरुकुलात ती येऊ लागली; मलाही माहीत नाही कधीपासून ते! मी गुरुकुलात आलो तेव्हा ती तिथंच होती. आजही आहे. परंतु क्वचित् तिच्या बोलण्यात तिचं घर, हे गाव येतं."

"विलोभनीय आहे हे गाव."

"होय."

"तू इथं आधीही आला आहेस?"

"होय."

"आपण गावातून एक रपेट घेऊ शकतो?"

"हो. घेऊ या!"

निर्सगानं भरभरून सौंदर्य दिलं आहे या गावाला. गावाच्या मध्यावर देऊळ आहे. घरं म्हणजे तशी छोटीच; पण प्रत्येक घराला किनार असलेली. त्या किनाऱ्यामुळे प्रत्येक घराचं स्वतंत्र अस्तित्व जाणवत होतं. बाहेरून प्रत्येक घराची ठेवण, रंग, अंगण, अंगणाला दार सारखंच. अजब, अनुठा लग रहा था सब!

मी लगाम खेचला. ये घर अलग था । तसं इतर घरांसारखंच; पण तरीही काहीतरी अलग. आणि मी शहारलो. इतके मधुर स्वर! कोई गा रहा था। आणि मी सूर ऐकत होतो. मनाला भेदून जाणारे. मघा जसा माझा तीर बरोबर लक्ष्य भेदून गेला तसे ते सूर मला भेदून जात होते.

"क्रांतिवीरऽऽ"

मी श्रेभ्यला इशारा केला. शांत राहण्यास सांगितलं. मी पायउतार झालो. त्या घराच्या अंगणाच्या दारापाशी उभा राहिलो. सूर झेलत. स्वतःला भेदून घेत...

''आपाऽऽ''

कुणीतरी त्या अंगणातून कुणाला तरी साद देत होतं.

''आपाऽऽ''

खाडकन सूर थांबले. एक चरा उमटला.

''आपाऽऽ''

''आ रही हूँ। बोलो''

''कोई हैं वहाँ, कबसे खडा है। देखो तो!''

श्रेभ्य मला बोलवत होता; पण माझे पाय खिळून राहिले होते. ती सामने आली आणि मी पुन्हा हरवलो.

''कौन हो? कुछ चाहिये?''

''जी! अभी आप गा रही थी?''

''कौन हो आप?''

''मी क्रांतिवीर, बीन बजाना सिख रहा हूँ। बडे उस्ताद मेरे गुरू है।''

''क्या? सच?''

''होय. हा बघा गंडा! शागिर्द हूँ उनका।''

''आईये भीतर।''

श्रेभ्य नाहीच आला. मी मात्र गेलो.

''तशरीफ रखिये! जमाली, पानी ले।''

''नहीं शुक्रिया। आप कहीं सीख रही हो गाना?''

''जी! मेरे अब्बाजान सिखाते हैं।''

''खूब!''

''आप कहाँ ठहरे हो?''

''गुरुकुल! तिथंच राहतो मी.''

''याने झनीमाई का घर?''

''हां.''

''वोऽ वहाँ झनीमाई का घर है!''

''अच्छा? आप पहचानती हो झनीमाई को?''

''नहीं, कभी देखा नहीं उन्हें, लेकिन उनके रिश्तेदार है वहाँ जो बताते है उनके बारे में।''

“अब मुझे जाना चाहिये।”
“जी! लेकिन...”
“मी बोलेन माझ्या गुरूंशी. आपके अब्बाजान, उनका नाम?”
“जी, रहमत खाँ!”
“ठीक. नमन!”
“खुदा हाफिज!”

“क्रांतिवीर, तू एका मुसलमानाच्या घरात गेलास.”
“मी एका कलाकाराच्या घरी गेलो.”
“गुरुजींना हे पटणार नाही. ते मान्य करणार नाहीत. आपलं कुळ, आपला धर्म.”
“माझं कुळ संगीत, माझा धर्म संगीताची आराधना.”
“क्रांतिवीर, तू प्रत्येक विद्येत नैपुण्य प्राप्त केलं आहेस. तू कलाकार जरी असलास तरी मूळ तुझं या विद्येतच आहे, हे तुला समजलं असेल.”
“नाही श्रेभ्य! मला नैपुण्य प्राप्त का झालं हे केवळ मीच जाणतो. ते माझ्या अतिरिक्त कुणालाही समजणं शक्य नाही.”

तो म्हणत होता ते खरं आहे. खरोखरच त्याच्याशिवाय त्याचं यश कशामुळे होतं, हे कुणालाही समजणं शक्य नव्हतं. तो मंत्रमुग्ध होऊन गुरुकुलात परततो आहे. तो स्वर त्याच्या बरोबरीनं येतो आहे. बीनचा झंकार आणि तो आवाज यांचं मिलन त्याच्या मनात. ती कशी होती, हे त्याला आठवतच नव्हतं. भार्गवीनंतर त्यानं प्रथमच एका कन्येला बघितलं होतं. त्याला आश्चर्य वाटलं होतं. तिचा चेहरा त्याच्या नजरेसमोर येतच नव्हता. रफ्तार संथ गतीनं गुरुकुलाकडे जात होता. त्याला मार्ग दाखवावा लागत नव्हता. पवनही त्याचा मार्ग घेत होता. श्रेभ्य काहीच बोलत नाही आहे. तो शांत आहे, हेही त्याला जाणवत नाहीये. सूर्यास्त होतो आहे आणि त्याच्या मनात मारवा आरोह अवरोह घेत आहे – सा, <u>रे</u>, ग, मध, निध, सां... सां, निध, मग, <u>रे</u>, सा.

***

“झनीमाई, मी तुझं घर बघितलं.”
“माझं घर?”
“होय. मी तुझ्या गावी गेलो होतो.”
“माझं गाव? नाही रे. मला गाव, घर काहीही नाही.”

"झनीमाईऽऽ"

"हेच माझं घर. गुरुकुल, गुरुजी, तुम्ही शिष्य – तुम्हीच माझे सगे."

"क्या हुआ झनीमाई?"

"काही नाही बाळ."

"सांग, बरं वाटेल तुला. इथं कुणालाच काही माहीत नाही. सांग ना!"

"मिठागंज! त्या गावाचं नाव. मिठागंज!"

"प्यारा नाम हैं।"

"हो. अगदी लहान होते, उंबरठा ओलांडून आले होते तेव्हा. लग्न झालं होतं. ते जे घर बघितलंस... पण ते घर तुला सांगितलं कुणी?"

"नाही माहीत. एक कुणी गात होती. मी तिथं– मी तिथं अडखळलो. थांबलो. ऐकत राहिलो. कुणीतरी 'आपा' म्हणून हाक मारली आणि ती बाहेर आली. मैं देखता रह गया। ती गात होती. तिनं आपल्या गुरूंचं नाव सांगितलं रहमत खाँ! तिनंच तुझं घर दाखवलं."

"रहमत खाँ! हो, त्यांना दोन मुली आहेत."

"झनीमाई, तू तर कधी जात नाहीस मिठागंजला... तुला..."

"सर्व समजतं बेटा. गुरुकुलात धान्य मिठागंजमधूनच येतं."

"मग पुढे काय झालं?"

"विधवा झाले, खूप हाल झाले, कुणी मायेचं नाही. परतून जायला घर नाही. खूप कष्ट घेतले तिथं. सेवा केली, तरी दोन घास मिळेनात. एक दिवस घरातून बाहेर फेकले गेले. तरी जगायचं होतं. कुणाच्या अत्याचारामुळे मी का मरायचं? पण उपाशी होते. मूर्च्छा येऊन पडले. जेव्हा शुद्ध आली, तेव्हा या गुरुकुलात होते."

"झनीमाई..."

"हेच माझं घर बेटा. पण... तुम्ही शिष्य फार जीव लावता आणि एक दिवस निघून जाता. आता मी कुणाला जीव लावत नाही. भार्गवीची माई झाले आहे खरंच आणि तू एक वेडा, आला आहेस इथं. सगळ्यांना जीव लावणारा. स्वप्नासारखा. स्वप्न तुटायला नको क्रांतिवीर..."

"नाही तुटणार झनीमाई."

"रहमत खाँ मोठे गायक आहेत. त्यांची मुलगी- म्हणजे जेहेरुन्निसाला भेटलास तू. छान गाते ना?"

"हो."

"ऐकलंय असं मी. तिची तारीफ करत असतात मिठागंजमधले."

"झनीमाईऽऽ तारीफऽऽ?"

"तुमच्यामुळे भाषा बदलत्येय बघ माझी. तू, बडे उस्ताद..."

"खूब, बहोत खूबऽऽ"
"हसू नकोस. रियाज कर. बडे उस्ताद उद्या परीक्षा घेणार, माहीत आहे ना?"
"हो."
"मी तुला दूध आणून देते."
"झनीमाईऽऽ"
"काय रे?"
"काही नाही."

जाता जाता तिनं माझ्या मस्तकावर हात ठेवला. तो स्पर्श मला दाईमाँपाशी घेऊन गेला. कितीतरी वर्षांनंतर माझ्या मस्तकावरून कुणाचा तरी हात फिरला होता. हे मोठं होणं खास चांगलं नाही. ते एकटं करतं. एक एक स्पर्श हिरावून घेतं. नवीन स्पर्श मिळतातही; पण त्यात काहीतरी चाहत असते, पण आत्ताचा झनीमाईचा स्पर्श काहीही मागत नव्हता. बीनही काही मागत नाही. ती म्हणते, तू जितकं मला प्यार देशील, तितकं मी तुला ते दुगनं करून देईन. प्यार! माझं पहिलं प्रेम, बीन! नाही. माझं पहिलं प्रेम, ओहोळ, मग वृक्ष, मग पक्षी, मग बीन! मैं भी पागल हूँ! ओहोळ, वृक्ष, पक्षी या सर्वांमध्ये बीनच तर आहे.

मी बीन घेतली. बीनवरचं बैठन बाजूला केलं. तारा जुळवल्या. नख्या घातल्या आणि मी चिकारी छेडली. माझी कुटी धीरगंभीर स्वरानं भरून गेली. ठाठ मारवा, कोमल तीव्र, वर्जित... लय साधली, सम साधली आणि मी विहरत राहिलो. त्रिताल, अंतरा – द्रुत लय, सम... या नादामध्ये मला तो आवाज ऐकू येऊ लागला. तिचा स्वर माझ्या तारांमध्ये दडलेला. तिचा स्वर मी आणि माझी धून तिच्या... एक ध्यान!

"बेटा, रडवलंस."
"झनीमाई ऽऽ"
"औक्षवंत हो."

झनीमाई डोळे पुसत निघून गेली. दुधाचा पेला द्यायचंही विसरली. मला तिच्याकडून मिळालेला हा सर्वांत मोठा किताब होता. ही रात्र माझ्यासाठी बेहेतरीन होती.

"क्रांतिवीर, मला तुझा अभिमान वाटतो. श्रेभ्यनं मला तुझं कौशल्य सांगितलं, परंतु एक बाब विचारू? तू मिठागंजमध्ये गेलास आणि रहमत खाँच्या घरीही गेलास..."

"गुरुजी, मी मला थांबवू शकलो नाही. क्षमस्व!"

"क्षमा मागण्याची आवश्यकता नाही. बंधू तर नबाबांकडेही वास्तव्य करतात. परंतु त्यांची गोष्ट वेगळी. आपली वेगळी. मला तुझ्या भवितव्याची चिंता वाटते. कलाकाराला जात, शत्रू असे भेदभाव करता येत नसतीलही; परंतु तू एक राजकुमार आहेस. तुला राजमहालात जायचं आहे. विद्या प्राप्त करण्यात गैर काहीच नाही; पण लक्ष्य काय आहे, हे तुलाच ठरवायचं आहे. राज्याच्या शत्रूशी मैत्री कदापि शक्य नाही."

"गुरुजी, रहमत खाँ एक कलाकार आहेत. ते शत्रू नाहीत. याच राज्यात त्यांचं वास्तव्य आहे, ज्या राज्याचा मी राजपुत्र आहे आणि माझं लक्ष्य संगीतच आहे; जात, शत्रू, युद्ध हे नव्हे."

"जाणतो. परंतु... जा, तुझी रियाजाची वेळ झाली."

मला जाणवत होतं, गुरुजी अस्वस्थ आहेत. त्यांना विरोध करण्यासारखं काही दिसत नाही आहे आणि मान्य करण्याची मानसिकता नाही आहे. मी तर एकदाच गेलो होतो त्या घरात, अचानक. लेकिन मला त्या घराची आस लागली आहे, हे सच! मला एक प्रवास करायचा आहे. स्वतःवर अतिक्रमण करायचं आहे. स्वतःला पार करायचं आहे. लक्ष्य काय हे मला नाही जाणून घ्यायचं. स्वतःला वर, एक एक कडी पार करून जायचं आहे. यात इतरांचा मतलब नाही. ना राजे पिताश्री, ना देवीमाँ, ना गुरुजी, ना बडे उस्ताद! स्वतःपासून स्वतः पुढे जाणं!

"ये पखवाज़। आज से हम पखवाज़ के साथ रियाज करेंगे।"

"जी।"

"ताल, लय, मंद्र, सप्तक, मध्य सप्तक, तार सप्तक. गायक त्या तीन सप्तकांत गातो. वादनही या तीन सप्तकांतच होतं. एका सप्तकात जादा से जादा बावीस नाद असतात. प्रत्येक स्वर म्हणजे नाद. ज्याला आपण नाद म्हणतो त्यालाच श्रुती असंही म्हणतात. शुद्ध स्वर, विकृत स्वर यांमधील भेद जाणून घेऊ. आलाप, ताना, मुरकी, कंपन, मींड, वादी, संवादी, अनुवादी या हिंदुस्थानातल्या रागांमध्ये प्रयोग केल्या जाणाऱ्या तीन श्रेणी आहेत."

"जी."

"त्यातही जो अभ्यास आहे तो हळूहळू तुला समजेलच. क्रांतिवीर, पखवाज़ उस्ताद दुरख्श खाँ लवकरच येतील इथं."

"जी."

“मैंने कुछ सुना है। आप रहमत खाँ के यहाँ तशरीफ ले गये थे?”

“जी। म्हणजे... गलती हो गयी।”

“गलती?”

“माहीत नव्हतं मला. मी तर गाणं ऐकत होतो.”

“रहमत खाँ बडे पहुँचे हुए शख्स है। और उनकी बेटी जेहेरुन्निसा, बहोत ही कमाल की गायकी है उसकी।

“हाँ, म्हणूनच तर...”

“कोई बात नहीं। हम जायेंगे रहमत खाँ से मिलने।”

“सच?”

“कला आहे तिथं ईश्वर आहे, अल्ला आहे. कोई गलती नहीं। कलेची कदर करणारा माणूस कलाकार असतो. आता तुझे गुरुजीच बघ. शास्त्र, शस्त्र, धर्म पंडित! परंतु त्यांनी तुझी कदर केली. तेही मोठे कलाकारच आहेत.”

“जी.”

“बैठन उतार दो. आज ललित राग से शुरुआत करते हैं।”

***

प्रत्येक राग त्याला मंत्रमुग्ध करत होता. सुरात तो आकंठ बुडत होता. पहाटेच्या प्रार्थनेच्या वेळी तो बडे उस्तादांच्या संमतीने बीन वाजवू लागला. सोम, अश्रेय, चिदात्मा, दैविक, एकाक्ष, गिरिक, रुद्र, मरुत, श्रेभ्य, झनीमाई, गुरुजी आणि भार्गवी आणि सर्व शिष्य जणू ध्यानस्थ होत. तो स्वतः कुठंतरी हरवून जात होता. प्रातःकालातले एक एक राग तो आत्मसात करत होता.

तो स्वैर होता. तो सुरांबरोबर लहरत होता. पखवाज़ाच्या ठेक्यावर, तालावर तो जणू नृत्य करत होता.

मला त्याचा आत्ता हेवा वाटतो आहे. मला त्याच्या त्या दिवसांचा हेवा वाटतो आहे. तो इतका जिंदगीनं भरलेला आणि मी असा, मृत्यूही हरवून बसलेला. मृत्यू! एक मृत्यूचं तुफान! मैं चिख रहा हूँ, नहीं ऽऽ नहीं होना ऐसे। पण माझं कुणाला काहीच ऐकू येत नाही. इस जहाँ को खून से नहीं रंगना हैं! मैं चिख रहा हूँ! आणि माझ्यासमोर हातात नंगी तलवार, घोड्यावर स्वार राजे पिताश्री, तेच दोन डोळे – अंगार फेकणारे. चेहऱ्यावर तुच्छता, और मैं? मैं चिखता हुआ, रोको रोको! हा संहार थांबवा! नहीं सहा जाता! मैं डरपोक, मैं घायल, मेरा मन घायल, मी एकटा आक्रोश करणारा आणि समोर लाशे ही लाशे...!”

आठ

गुरोरष्टकं यः पठेत्पुण्यदेही
यतिर्भूपतिर्ब्रह्मचारी च गेही।
लभेद्वाच्छितार्थं पदं ब्रह्मसंज्ञं
गुरोरेकवाक्ये मनो यस्य लग्नम्।।

''जो पुण्यश्लोक मनुष्य या गुर्वष्टकाचे पठण करेल आणि ज्याचे मन गुरूंनी उपदेश केलेल्या 'तत्त्वमसि' इत्यादी महावाक्यांच्या अर्थामध्ये रममाण झालेले असेल, तो संन्यासी, राजा, ब्रह्मचारी, गृहस्थ कोणीही असो, त्याला इच्छित असलेले निरतिशय, अत्यंत श्रेष्ठ असणारे ब्रह्मसंज्ञक पद प्राप्त होईल.

सर्व प्रार्थना, सर्व श्लोक काही ना काही मनोकामना 'पूर्ण होवोत' अशा आशयाचे असतात. ईश्वराची कृपादृष्टी राहावी, अशी विनंती असते. सर्वसाधारण मानव आपण. त्याच्या कृपेशिवाय काहीही होणं शक्य नाही, हे आपण त्याला प्रार्थनेतून, श्लोकांमधून सांगतो आणि असं समजतो की, जर या श्लोकांचं पूर्ण श्रद्धेनं मनन केलं, तर मानवास यश प्राप्त होतं. परंतु हे गृहीत धरून जर कुणी कर्तव्य करण्यास राजी होत नसेल तर, यशप्राप्ती होणार नाही. कर्तव्य मनोभावे केलं की यश मिळतं; आणि कर्तव्याच्या साहाय्याने मनोभावे प्रार्थना केली की ईश्वरप्राप्ती होते. सातत्य आणि विश्वास हे भक्तीचे, शक्तीचे व यशाचे दोन आधारस्तंभ आहेत. मग पुढे चिंतन आणि मग मनन. केवळ श्लोक, प्रार्थना पाठांतरानं इच्छापूर्ती होत नाही. मग ही प्रार्थना का हवी? कर्तव्यातून, परिश्रमांतून मिळणारं यश अहंकार निर्माण करतं. अहंकारास अवरोध करायला हवा. अहंकार हा मानवाचा मोठा शत्रू आहे. अहंकारास पराजित करण्यासाठी लीनता हवी. लीनता प्रार्थनेतून प्राप्त होते. मानवाला जाणीव राहते की तो जो आहे, तो केवळ त्या शक्तीच्या, ईश्वराच्या कृपादृष्टीमुळे. हे विसरू नका. कर्तव्य करत राहा. यश संपादत

राहा; परंतु या यशाने भारून जाऊ नका. त्याला नतमस्तक राहा. ओम्.''

''ओम्.''

''आज आपण राजाचे गुणविशेष बघणार आहोत.

राजाने कसे असावे याचं विश्लेषण आज आपण बघणार आहोत. इथं सर्व स्तरांतले शिष्य आहेत. त्यांना मी आवर्जून सांगू इच्छितो :

'अकुलीनोपि विनीत: कुलीनाद्विशिष्टः।'

हलक्या कुळातला पण विनयसंपन्न पुरुष उच्च कुळातल्या विनयहीन पुरुषापेक्षा श्रेष्ठ असतो. गुरुकुलात कुळ बघितलं जात नाही. इथं सर्व केवळ शिष्य आहेत. परंतु गुरुकुलातून तुम्ही जेव्हा समाजात प्रवेश कराल, तेव्हा कुणाला कदाचित कुळाची आडकाठी होईल, काही प्रसंगांना सामोरं जावं लागेल. म्हणूनच सांगितलं की विनयसंपन्न पुरुष अथवा विद्याप्राप्त पुरुष हा श्रेष्ठच असतो. उद्या भविष्यात तो राजाही होऊ शकतो.''

''गुरुजी–''

''क्रांतिवीर... विचार.''

''मी जेव्हा राजमहालात होतो, दाईमाँ मला उद्यानात घेऊन जायची. तिथं सरदारांची मुलं, आणखीनही मुलं यायची; पण मला त्यांच्यासोबत खेळण्यास मनाई होती आणि इथं गुरुकुलात... इथं पाठवण्यास मनाई नाही केली कुणी. असं का?''

''क्रांतिवीर, ही राजे घराण्याची मानसिकता आहे. तिथं भेदभाव होतात, पाळले जातात. पण हे विद्येचं मंदिर आहे आणि विद्या प्राप्त करण्याचा अधिकार प्रत्येकाला आहे. राजे महाराजांनी जरी मला आज्ञा दिली असती की, इथं केवळ राजे घराण्यातील बालकंच शिक्षणासाठी येतील, तरीही मी ती आज्ञा मानली नसती. प्रथम दिनीच मी तुला सांगितलं होतं की, इथं सगळेच शिष्य, केवळ शिष्यच आहेत. मीसुद्धा!''

''जी.''

''आज आपण राजाचे गुणविशेष बघणार आहोत : अलब्धाचा लाभ, लब्धाचे परिरक्षण, रक्षिताचे वर्धन आणि वर्धिताचे सत्पात्री दान, या चार गोष्टी साधणे म्हणजे राज्याधिकार हाती असणे होय.

'अलब्धलाभादिचतुष्ट्यं राज्यतन्त्रम।'

जे उपलब्ध नाही ते उपलब्ध करून घेणं, जे मिळवलं आहे त्याचं रक्षण करणं, आणि ज्याचं रक्षण केलं आहे ते वाढविणं आणि जे वाढवलं आहे त्याचं दान सत्पात्री- जो योग्यतेचा आहे त्याला- देणं, या चार गोष्टी जो साधतो त्याच्या हातात राज्य कारभार, अधिकार असणं योग्य होय.''

***

राजे पिताश्री योग्य आहेत. त्यांच्या हातात राज्यकारभार आहे, हे योग्य आहे आणि मी? पण मी सतत असा विचार का करतो? क्वचित मधूनच मी पुन्हा का खचतो? माझा माझ्या असण्यावर विश्वास का नाही?

"क्रांतिवीर, झनीमाई वाट बघत्येय तुझी."

"भार्गवी, मी येतो म्हणून सांगशील तिला?"

"तुझा चेहरा का असा?"

"परेशान हूँ!"

"का?"

"जेव्हा गुरुजींचं ऐकतो तेव्हा स्वतःला अपराधी वाटतं आणि जेव्हा हातात बीन असते तेव्हा सर्व दुनिया विसरतो. पण पुन्हा जेव्हा..."

"होतं असं. दोलायमान आहेस. गुरुजींप्रमाणेच तुला तुझं भवितव्य काय याची चिंता आहे. पण हे तुलाच ठरवायचं आहे ना? खूप वेळा बोललो आहोत आपण. होय ना?"

"हो. लेकिन, क्वचित पुन्हा मन मानत नाही."

"बीन घे. सर्व ठीक वाटू लागेल."

"भार्गवी तुला कसं गं इतकं समजतं? इतकी सहज कशी तू?"

"माझ्या जीवनात असे प्रश्नच निर्माण होत नाहीत. निर्माण व्हावेत, असं काही घडतही नाही; पण तू बीन वाजवतोस आणि तेवढ्यापुरतं जीवन बदलतं. वाजवतोस?"

"बैठन काढून देतेस?"

"हो."

"मसीतखानी गत, ऐक..."

***

तो भार्गवीला मसीतखानी गत ऐकवत आहे. भार्गवी तिथंच त्याच्यासमोर पाय मुडपून बसली आहे. एक एक तार झंकारत आहे. भार्गवी डोळे मिटून एकतानतेनं ऐकत आहे. झनीमाईसुद्धा आली, हे त्यानं हळूच बघितलं; पण तो थांबला नाही आणि हळूहळू सगळेच जण तिथं जमले. तो वाजवतोच आहे. आता त्याला कोण आलं... कोण गेलं... काहीही माहीत नाही. आता तो तिथं नाहीच. तो कुठंच नाही. तो आहे सिर्फ त्या ब्रह्मांडातून प्रतिसाद मिळणाऱ्या सुरांत. गत वाढत जात आहे.. द्रुत होत आहे, आणि त्याच्या डोळ्यांतून अश्रू वाहू लागले आहेत. अश्रू वाहत आहेत, हेही त्याला समजत नाहीये. तो त्या ओहोळाच्याही पलीकडे गेला आहे. और दुनिया में...

"बहोत खूब बेटा. बहोत खूब! आपने तो आसमान छू लिया।"

बडे उस्ताद? कधी आले? आणि हे काय! संपूर्ण आश्रम इथं? गुरुजीसुद्धा? मी बीन खाली ठेवली आणि बडे उस्तादांना सलाम केला. गुरुजींना नमन केलं. त्यांनी पाठीवर हात ठेवला आणि उपरण्याला डोळे पुसत ते निघून गेले. अश्रू असेही असतात? हो, असतात. समजतंय आत्ता. भार्गवी! तिनं तर अजूनही डोळे उघडले नव्हते. मी तिला हाक मारणार तो बडे उस्ताद म्हणाले, "नहीं बेटा, किसीकी खुशी छिनते नहीं।"

"जी।"

"कल से और कुछ सिखेंगे! जो भी मेरे पास है सब...! अब कुछ ही पलों की बात है।"

"कुछ ही पल?"

"हां बेटा, संगीत ऐसी दुनिया है जहाँ घंटे पल हो जाते है. सुबह, प्रातः समयी... तुझ्या ओहोळाजवळ!"

"जी।"

***

एक दिवस अगदी अनपेक्षितपणे बडे उस्ताद त्याला म्हणाले की 'चल, आज जरा बाहेर जाऊ.' बडे उस्तादांनी काही सांगितलं की मना करणं अथवा 'कहाँ' असा सवाल करणं, हे त्याला शक्यच नव्हतं.

तो निघाला. बडे उस्ताद इतकी सफाईदार घोडेस्वारी करतात? त्याला नवल वाटलं. दोघं निघाले आहेत. आश्रमापासून दूर आणि एक वळण आलं. तो थबकला. ये राह तो मिठागंज ले जाती है. बडे उस्ताद जात राहिले. तोही... आणि घोडे थांबले. तो अडखळला. बडे उस्ताद त्याच्याकडे बघत होते. हसत होते. त्याला समजेना. तो बावरलाय हे मला आत्ताही जाणवतंय, पण तरीही त्याला ओढही वाटते आहे. त्याच्या चेहऱ्यावरचे भाव बघून मला हसायला येतंय.

"शागिर्द, रुक क्यूँ गये? आ जाओ।"

"जी."

"खाँ साब ऽऽ!"

आणि खाँ साहेब चटईच्या पडद्याआडून बाहेर आले. जरासे बुटके, तोंड तांबूलाने लाल, बाल सफेद आणि सफेद लंबा खमीज...

"बडे उस्ताद ऽऽ आईये आईये"

दोघांनी एकमेकांना आलिंगन दिलं.

"बैठीये, कैसा मिजाज है आपका?"

"बेहतर खाँ साब."

"जेहेरुन्निसा, पानी ले ऽऽ"

"खाँ साब, ये मेरा बच्चा, मेरा शागिर्द. क्रांतिवीर..."

मी सलाम केला.

"तो ये है वो साहबजादे!"

"जी?"

"आप ही आये थे यहाँ शायद, जेहेर बता रही थी।"

'कुसूर माफ!"

"ना, कोई कुसूर नहीं। आप राजकुँवर हो। आपके पिता राजा क्रांतिसेन हम जैसे कलाकारों की बहुत कदर करते हैं। उनकी सेवा करने का मौंका हमें भी मिला है।"

"खाँ स, ये बच्चा बेहेतरीन बीन बजा लेता है। आज आपसे मुलाकात करने ले आया हूँ।"

"खूब बच्चा! पानी लिजिये। आप जानते हो, ये मेरी बेटी जेहेरुन्निसा."

"आदाब"

"आदाब, बैठो बेटी। खाँ साब, चाहता हूँ की शागिर्द की बीन और जेहेरुन्निसा की गायकी एक साथ सुननी हो तो..."

"जी, जी, जरुर। क्यूँ जेहेर? आप को ऐतराज तो नहीं?"

"नहीं अब्बाजान। लेकिन रियाज के बगैर कैसे हो सकेगा?"

"बेटी, रियाज होगा। शागिर्द आ जाया करेगा और अगले गुरुपौर्णिमा को एक जलसा होगा।"

"जी।"

"खाँ साब, अगला साल, आखरी साल है क्रांतिवीर का, गुरुकुल से वह फिर राजमहल तशरीफ ले जायेगा। चाहता हूँ एक जलसा हो जाये और फिर मैं भी नहीं रहूँगा यहाँ।"

"बडे उस्ताद, आप कहें और हम मना करे, इतनी तो औकात नहीं हमारी। आप बुजुर्ग है, आप मेरे गुरू हो। आपने तो सिर्फ हुक्म करना है।"

"खाँ साब, शरमिंदा कर रहे हैं आप। ठीक, तो यह तय हो गया।"

"जी।"

"जेहेर, बेटा शरबत ले आ।"

"जी।"

***

तो स्तंभित झाला आहे; आणि का नाही होणार? बडे उस्ताद असं काही सांगतील याची त्याला कल्पनाच नव्हती. जेहेरुन्निसा गाणार आणि तो बीनची साथ तिला देणार. अथवा तो वाजवणार आणि ती साथ देणार. 'जुगलबंदी' हा शब्द त्यानं त्या दिवशी प्रथमच ऐकला. रहमत खाँ सांगत होते, याद करत होते त्यांची आणि बडे उस्तादांची जुगलबंदी! पुन्हा पुन्हा म्हणत होते, "क्या रौनक आयी थी। बहार थी।" आणि आता हे दोन गुरू त्यांच्या त्यांच्या शागिर्दांमध्ये जुगलबंदी लावणार होते. त्यानं जेहेरुन्निसाकडे पाहिलं. त्याला आश्चर्य वाटत आहे. तिनं नकाब नाही घेतलेला. त्याला आधीची भेट आठवली, तेव्हाही नकाब नव्हता. हां, दुपट्टा होता डोक्यावरून. तीसुद्धा त्याच्याचकडे बघत आहे. ती साधी आहे. सुंदर असं नाही म्हणता येणार; पण तिचं हसणं लाजबाब आहे. आत्ता ती हसत्येय. एका बाजूला कललेली मान. हनुवटीला बारीकशी खळी. तो बघत राहिलाय. हे असं बघणं योग्य नाही. त्यालाही जाणवतंय, पण...

पण अशी जुगलबंदी होते का? तो एक जवान आणि ती? यह कुछ गजब हो रहा है। त्याच्या छोट्याशा बुद्धीला ते समजत नाही आहे. अशी जुगलबंदी असते?

***

"बंधू, हे आपण काय केलंत?"

"चिंता नको उमंग. शागिर्द इथं अकेला आहे. त्याच्या सोबतीला अजून कुणी शागिर्द नाहीत. उसे ही पता होना चाहिये वह कहाँ खड़ा है।"

"पण,"

"मिठागंज में होगी यह जुगलबंदी. गुरुकुलात नाही. पण सर्वांनी यायचं और सिर्फ छह-सात महिना. फिर मैं यहाँ नहीं रुकनेवाला. शागिर्द भी जायेगा राजमहल. अब तक जो सिखा है उसने, यह आखरी बात है। उमंग, ही त्याची परीक्षा आहे असं समज आणि पुढे मी त्याला बोलावून घेईनच. तो माझ्याबरोबर मैफल गाजवेल. क्यूँ शागिर्द?"

"जी बडे उस्ताद."

"उमंग, तुझ्या सर्व परीक्षा, त्यात तो उत्तीर्ण झाला. आता मी परीक्षा घेण्याची वेळ आली आहे."

"परंतु बंधू, ती एक कन्या, हा राजपुत्र. ती एक..."

"उमंग, तू जे ज्ञान इतरांना देतोस, ते तुझ्यासाठीसुद्धा आहे. तूही आचरणात आणावंस."

"बंधू..."

"केवळ कन्या आहे म्हणून तुझा विरोध आहे. होय ना? जेहेरुन्निसाच्या जागी

जर कुणी रहीम असता, तर हरकत घेतली असतीस? व्यवहारे पक्षपातो न कार्येः – न्यायाच्या कामात पक्षपात करू नये.''

''आज्ञा बंधू.''

''गुरुजी, मी फार क्लेश देतो आहे ना?''

''दैवायत्तं न शोचेत क्रांतिवीर – दैवाधीन गोष्टीविषयी शोक करू नये. तू ये आता.''

''नमन गुरुजी.''

आता त्याला एकच ध्यास लागला आहे. जुगलबंदी. बोल, आकर्ष प्रहार, अपकर्ष प्रहार, गत, जमजमा, झाला, मींड आणि सूत, तोडा, बाज... सतत हेच आणि हेच. ओहोळाचं झुळझुळु वाहणं, पक्ष्यांचं गाणं, बीन वाजवण्याची कोशिश... हेच आणि हेच.

***

''क्रांतिवीर ऽऽ!''

''भार्गवी, ये''

''उद्यापासून तू मिठागंजमध्ये जाणार आहेस ना?''

''होय.''

''कशी दिसते ती?''

''कोण? जेहेरुन्निसा?''

''हं.''

''सौंदर्य कशात असतं भार्गवी?''

''म्हणजे?''

''केवळ चेहरा म्हणजे सौंदर्य असतं का? तसं असेल तर देवीमाँपेक्षा सुंदर स्त्री मी आजपर्यंत बघितली नाही. पण ते सौंदर्य बोलत नाही गं.''

''म्हणजे?''

''देवीमाँपेक्षा सुंदर मला माझी दाईमाँ वाटायची. माझं उष्टं तोंड स्वच्छ करताना तिला कधी अस्वच्छ नाही वाटलं. तिचा पल्लू कधी खराब नाही झाला; पण देवीमाँच्या वस्त्रांना साधी मिट्टी लागली आणि...''

''त्या राणी आहेत!''

''आईसुद्धा आहे ना? मला गुरुकुलात येऊन किती साल झाले... लेकिन देवीमाँनं एकदाही माझी खबर घेतली नाही. राजे पिताश्रींनी नाही. मी त्यांचा एकमेव पुत्र! माया नाही त्यांना?''

"असं का म्हणतोस? माया आहेच, असणारच."

"मला मिळाली का नाही मग? तू, श्रेभ्य तुम्ही नशीबवान! गुरुजींनी तुम्हाला दोघांची माया दिली. माता-पितांची कमी महसूस होऊ दिली नाही. सौंदर्य आईच्या मायेत असतं. बावरलेल्या बालकाला आधार देणाऱ्या, त्याच्यावर छत्र धरणाऱ्या पित्याच्या बाहूत असतं."

"आणि?"

"सौंदर्य दोस्तीत असतं. श्रेभ्य, मरुत, एकाक्ष, तपन सगळेच! माझ्या या दिवानगीला त्यांनी साथ दिली. गुरूंच्या आशीर्वादात असतं. शिष्याला त्याच्या पसंतीनं विद्या प्राप्त करू देण्यात असतं."

"आणि?"

"गुरुकुलात येणाऱ्या प्रत्येक शिष्याला स्वतःचं मूल समजणाऱ्या झनीमाईच्या वात्सल्यात असतं."

"आणि?"

"तुझ्या असण्यात असतं. माझ्या जीवनात आलेली तू पहिली स्त्री आहेस, जिनं मला वाढताना बघितलं. इतके साल जी माझ्या भावनांना जाणून घेत आहे. त्या जाणिवेत सौंदर्य आहे भार्गवी!"

"आणि ती?"

"तिच्या सुरांत, स्वरात सौंदर्य आहे. तिचे सूर थेट लक्ष्य भेदतात मनाचं. तू ऐकायला हवंस तिला."

"हं."

"भार्गवी, ते सूर मी एकदाच ऐकले, लेकिन आजपर्यंत ते गुंजत आहेत मनात."

"जर कुणाला ते गाणं येत नसेल तर..."

"म्हणजे?"

"काही नाही."

"बोल भार्गवी."

"भोजनाची वेळ झाली आहे."

"येतो."

मी बीनला बैठन घातलं. नमन केलं. भार्गवीनं विचारलेल्या प्रश्नाचा विचार करत राहिलो. तिला काय म्हणायचं होतं? भोजनालयात जायला निघालो. वृक्षांच्या पानांआडून चाँद दिसत होता. सौंदर्य या चांदण्यातही आहे. रात्रीला काळ्या दिसणाऱ्या या वृक्षांच्या पानांतही आहे आणि वाटेवर तेवत असणाऱ्या या कंदिलातही

आहे. बडे उस्ताद म्हणतात, सौंदर्य नजरेत असतं. भार्गवी म्हणते, माझे डोळे, माझी नजर, नजरेतले भाव जप! याने? पायांखाली पाचोळा लय निर्माण करत होता. सा रे, सा रे, सा रे ... मी लयबद्ध झालो.

***

''गुरुजी, आज्ञा''
''क्रांतिवीर जा. आता तुझी दुसरी परीक्षा सुरू होणार. आशीर्वाद आहेत.''
''आदाब बडे उस्ताद!''
''शागिर्द, आदाब बेटा! बीन ठीक से जोड दी है?''
''जी!''
''चले?''

''गुरुजी, राजमहालातून सेवक आला आहे.''
''पाठवून दे.''
''बंधू, तबक आलं असणार.''

''नमन गुरुजी. राजे सरकारनं तबक पाठवलं आहे.''
''ठेव. चिदात्मा सेवकाला फराळ दे.''
''आज्ञा, चला.''

''क्रांतिवीर, जरा थांब. आज केवळ तबक नाही आलेलं. खलिताही आहे.''
''तो आपल्याचसाठी असणार गुरुजी.''
''क्यूँ?''
''इतक्या सालांत कधी माझ्यासाठी खलिता आलेला नाही. चले बडे उस्ताद?''
''हं.''

तो शांत आहे. त्याला माहीत आहे की खरंच तो खलिता त्याच्यासाठी नाही. आधी, पूर्वी तो खिन्न व्हायचा. रात्र रात्र रडत जागून काढायचा; पण नंतर आदत होत गेली आणि आता तर त्याला यादही येत नाही. तो आत्ताही स्वतःत गुंतलेला आहे. राग काफी, राग अल्हैया बिलावल, राग खमाज...

***

''आदाब''

''जिती रहो बेटी. खाँ साब दिखाई नहीं दे रहें।

''अब्बाजान है, कलाम पढ़ रहे है। आईये, तशरीफ रखे।''

''आदाब बडे उस्ताद!''

''आदाब! जमाली, बेटा थाली ले आ।''

''थाली? नहीं, अभी नही। हम थाली लेकर ही निकले है।''

''ठीक, तो शुरू करे? बेटा, कहो, कौनसी रागदारी से शुरू करें?''

''जी, जैसे आप कहे।''

''खाँ साब, मध्यान्ह है। पीलू ही ले लेते है।''

''जी''

''जेहेरुन्निसा ऽऽ''

''जी अब्बाजान...''

आणि तिचा स्वर उमटला – प नि सा रे ग रे सा नि, सा ग म प, नि सां, सां नि ध प म प ध प ग रे सा नि सा

***

त्याला आणि जेहेरुन्निसाला वाहवा मिळत आहे. रोज नवीन राग, रोज रियाज आणि दोघांनाही जाणवतंय की, आपले सूर फार एकरस होत आहेत. दोन्ही सुरांचा सुरेख मिलाफ! आता तो एकटाच जाऊ लागला आहे मिठागंजमध्ये. तो तिच्या घरचं अन्नही सेवन करू लागला आहे. तो बाटला मात्र नाही आहे. ती त्याच्यासाठी रोज काही नवीन फराळ तयार ठेवू लागली आहे. दोघांनाही दोन प्रहर कधी होतात याची आस लागू लागली आहे. तो आश्रमात जेव्हा असतो, तेव्हाही मिठागंजमध्येच असतो. तिच्या हरकती त्याला मोहवू लागल्या आहेत. त्याला तो पुरुष असल्याची जाण होऊ लागली आहे. हे काहीतरी अलग होत आहे. तिची तान घेतानाची तिरकी नजर त्याचं लक्ष हेलावू लागली आहे. क्वचित तिचा होणारा स्पर्श त्याला वेगळी जाण देऊ लागला आहे. ती जाण तिलाही होत आहे, हे त्यालाही समजत आहे. दिवस उगवून मावळतो कधी, हे त्याला समजेनासं झालं आहे. कल्याण, खमाज, बिहाग, आसावरी, देश, बागेश्वरी, अल्हैया बिलावल... आणि एक नवीन राग जेहेरुन्निसा. हा राग म्हणजे केवल कोमल, मध्य लय, शांत, तृप्त!

***

''क्रांतिवीर, ओहोळ विसरलास ना?''

"नाही. असं का विचारलंस?"

"पूर्वी ओहोळाच्या किनारी तास न् तास बसलेला असायचास..."

"रियाज करायचा असतो ना!"

"नवीन काही मिळालं की माणूस जुनं सारं विसरतो. होय ना?"

"नाही भार्गवी. मला इतरांचं माहीत नाही, पण मी तरी काहीही विसरलेलो नाही. सब याद है।"

"मी ओहोळापाशी असते खूप वेळ हल्ली."

"असं?"

"तो सांगत असतो मला खूप काही. तुझे झंकार, जे त्यानं त्याच्या प्रवाहात साठवले आहेत, ते तो मला ऐकवत असतो. झनीमाई मला रागे भरते. माझं लक्ष नाही कशात, असं म्हणत राहते."

"फिर?"

"खूप दिवस झाले, हे असंच चालू आहे. अश्रेय, चिदात्मा, तपन अध्ययन पूर्ण करून निघून गेले. गुरुजी तीर्थक्षेत्री गेले. बडे उस्तादही नाहीत आश्रमात. आश्रम रिकामा वाटू लागलाय आणि तू...! फार छान गाते ना ती?"

"भार्गवी, तुला मी म्हणालो ना, बेहतरीन गाते. पंचम आहे ती. कोकीळ!"

"मी जाते."

"का गं?"

"तुझ्या रियाजात व्यत्यय नको क्रांतिवीर."

भार्गवी असं का वागते? अनेकदा अशी येते, असेच काही प्रश्न विचारते आणि अचानक निघून जाते. मी ओहोळावर रोज जातो. आधीसारख्याच त्याच्याशी बातें करतो. घनघोर वृक्ष आजही छत्र धरतात माझ्यावर. पक्षीसुद्धा बातें करतात. भार्गवी असं का म्हणते?

"क्रांतिवीर. दूध घे रे बाबा!"

"झनीमाई, तू का आलीस? मी येतच होतो..."

"सगळे बसलेत तिथं. मला बोलायचंय तुझ्याशी..."

"बोल."

"कसं आहे मिठागंज?"

"बहुत मीठा!"

"मी ऐकलंय असं की रियाज झाल्यावरही तू तिथंच थांबतोस?"

"हं! फराळ..."

“इथं नाही मिळत?”

“म्हणजे?”

“भार्गवी रोज तुझ्यासाठी फराळ करून ठेवते. वाट बघत राहते. तू येत नाहीस...”

“झनीमाई, मला माहीत नव्हतं हे.”

“मुसलमान माणसं ती. राजेमहाराज आपलं राज्य टिकवण्यासाठी या मुसलमानांबरोबर युद्ध करतात. अनेक पिढ्या हेच चालू आहे आणि आता तुलाही पुढे हेच करायचं आहे आणि ती त्यांच्यातली...”

“ती कुणाच्यातली नाही आहे. ती कलाकार आहे, ती फनकार आहे. झनीमाई ते घर आपल्या घरासारखंच आहे. रीत-रिवाजही...”

“पण नाव, कुळ नाही आपलं.”

“मला समजतच नाही की...”

“अडनिड्या वयाचा आहेस. ना कुमार ना पुरुष... या वयात सगळंच चांगलं दिसतं क्रांतिवीर. मी माईच आहे तुझी म्हणून सांगते... सावर, सावर क्रांतिवीर...!”

मला समजतंय. मी थोडा वेगळा वागतो आहे आणि मी हरवतो आहे. कोशिश करूनही मला जेहेरुन्निसाला विसरता येणार नाही. शायद मी चुकीचा आहे, पण मी असा आहे. मी तिच्याशी गलत वागलो नाही. वागणारही नाही. मी तिची कदर करतो. पण ही जुगलबंदी झाल्यावर काय? मी राजमहाली गेल्यानंतर काय? मी जेहेरुन्निसाला नेऊ शकेन? नहीं, यह हो नहीं सकता! फिर? मी राजमहाली गेलोच नाही तर? यह भी हो नहीं सकता। मग माझं काय? तिचं काय? इस बीन का क्या? त्या सुरांचं काय? क्यूं? बडे उस्ताद, क्यूँ रचाया यह सब? जिस सवालों के जवाब नहीं, उन्हें उठाये क्यूँ?

तडक ओहोळापाशी जाऊ लागलो. बारीक चंद्रकोर मावळतीकडे दिसत होती. चंद्राचं चांदणं नव्हतं म्हणून प्रत्येक चांदणी तिचं अस्तित्व दाखवत होती. पुढे गेलो आणि थबकलो. ओहोळापाशी एक आकृती आहे. हळुवार चालत राहिलो. जवळ पोहोचलो आणि तिला माझी चाहूल लागली. भार्गवी? इथं? या अवेळी? तिनं मान वर केली आणि मला बघून बावरली. तिच्या गालांवरून अश्रू ओघळत होते.

भार्गवी रडत होती. का? कशासाठी? कोणासाठी?

नऊ

बडे उस्ताद गुरुकुलात परतून आले आणि तो बहुतही खूश. जणू सातवे आसमान पर! बडे उस्तादांनी त्याच्यासाठी बीन आणली होती. लाजवाब! तो हरखून गेला आहे. ही त्याची स्वतःची बीन! सुरेख मोराचा आकार असलेली. चमकदार दोन ब्रह्मांड! चकाकणाऱ्या तारा. बडे उस्ताद बीन आणण्यासाठी आश्रमातून कुठे गेले होते, हे त्याला माहीतही नव्हतं. तो सर्वांना अगदी खुशीनं बीन दाखवतो आहे. त्याचा तो आनंद मला आत्ताही स्पर्श करतो आहे. होय. आनंदालाही स्पर्श असतो. त्या बीनचा नवा स्पर्श, तारांवरून, ब्रह्मांडावरून फिरणारे त्याचे हात. झन् कन् झंकारणारी तंबोरी... त्यानं बडे उस्तादांना नमस्कार केला. आदाब केला. नमन केलं. सलाम... सर्व काही आणि तरीही त्याला ते कमीच वाटतं आहे. कसं व्यक्त करावं?

***

"शागिर्द, बेटा, बहुत हुआ। अब रुक जाओ।"
"जी."
"रियाज तो ठिक से हो रहा है?"
"जी"
"कुछ सुनाओगे?"
"मेरी खुशी। मैं खुशकिस्मत!"
"उमंग, आज आपण सगळेच प्रार्थनामंदिरात जमू. सर्वांना सांगा."
"होय बंधू. क्रांतिवीर, सायंकाळी पाच वाजता?"
"आज्ञा."

मंदिरात सगळे जमले. मी नमन केलं. बीन घेतली, दुरख्श खाँ पखवाज़

जमवून तयारच होते. दिवसाचा तिसरा प्रहर होता म्हणून भीमपलासी घेतला... वाहवा मिळत होती. सम गाठली जात होती. मंदिर भारावून जात होतं. माझ्या कानांत केवळ प्रतिध्वनी उमटत होते. जे देण्याचा प्रयत्न करत होतो, त्याच्यापेक्षा जास्त मला परतून मिळत होतं. होश नव्हते, समोर कुणी आहे, हे जाणवत नव्हतं. केवळ निनाद.

कधीतरी थांबलो. सगळेच स्तब्ध होते. वाहवाही नव्हती... मी सभोवार बघितलं. बडे उस्ताद, गुरुजी डोळे मिटून बसले होते. श्रेभ्य, प्रत्युज, भार्गवी... सगळेच... मी बीन खाली ठेवली. दुरख्श खाँना सलाम केला. बडे उस्ताद, गुरुजींनाही केला आणि तिथं त्यांच्या पायाशी बसून राहिलो.

***

''जेहेरुन्निसा, यह तोहफा मिला, देखो इस बीन को, नयी नवेली...''

''खुबसुरत है। है ना?''

''हां! और इसे देनेवाले हात सबसे ज्यादा खुबसुरत है।''

''आप ऐसे कुछ कहेते हो तो... आप बडे अलीम लगते हो।''

''नहीं, मैं अलीम नहीं हूँ। मैं तो सिर्फ एक शागिर्द हूँ, अर्शद हूँ। जो भी सिखाते हैं उसे पाने की कोशिश करनेवाला और उसी में मुझे खुबसुरती दिखाई देती है।''

''जी, तो कौनसा राग?''

''ललित ले लेते हैं।''

''बहुतही प्यारा।''

आणि तिनं लकेर घेतली. त्या लकेरीनं मला ओढ लावली. मी तिची लकेर बीनमध्ये उतरवू लागलो. तिच्याकडे बघता बघता... ती थांबली.

''क्यूँ? रुक क्यूँ गयी आप?''

''ऐसे देखा न करे, हमारा जी घबराता है।''

''हमारा भी तो...''

''अब्बाजान आ रहे हैं।''

''जी।''

आणि मी अर्धवट सोडलेली लकेर पूर्ण करू लागलो.

तिच्या अंगणातला झोपाळा – झोपाळा नाही ती झुला म्हणते.

''जेहेरुन्निसा, जैसे ये झुला झुल रहा है, वैसे ही सूर झुले तो? उपर से जमीन की तरफ और जमीन से आसमान की तरफ?''

"ऐसे?"

तिच्या सुरांतून झूला झुलला आणि मग त्या लकेरीला आम्ही झूला म्हणू लागलो.

रोज झूला म्हटल्याशिवाय रियाज संपत नाही आमचा!

झूला घेऊनच मी परतलो. माझ्या कुटीत जाण्यासाठी... आणि भार्गवी आली.

"गुरुजींनी आज्ञा दिली आहे."

"येतो. पण तुझा चेहरा असा का?"

"गुरुजींनी..."

"जातो."

तो गुरुजींकडे जात आहे, पण काहीतरी चुकतंय असं त्याला वाटत राहतंय. असं काय झालं असावं? कोणती गलती? जेहेरुन्निसा? पण त्यानं तर काहीच गलत...

तो गुरुजींसमोर उभा आहे. गुरुजी अस्वस्थ. कुटीत फेऱ्या मारत... समोरच तबक दिसलं त्याला. म्हणजे राजमहालातून दास आला आहे. तो तर हमेशा येतो. तो वाट बघतोय गुरुजींनी काही बोलण्याची. ती अस्वस्थता आत्ताही जाणवते आहे. आत्ता हातात बीन घ्यायला हवी आपण. इतकी त्यांची ती अस्वस्थता आत्ताही व्यक्त करू शकू बीनमधून. घ्यावी का? पण नकोच. आत्ता शांतपणे बघावी ती मनातली अशांतता.

***

"क्रांतिवीर, तबक आलं राजमहालातून. खलिताही आला आहे. तुला राजमहाली पाठवण्याची आज्ञा झाली आहे."

"गुरुजी, आज्ञा? तीही आपल्याला?"

"राजे आहेत ते!

"परंतु आपणच ज्ञान दिलंत ना की..."

"मान्य. तू बीन शिकतो आहेस, हे राजमहाली समजलं आहे."

"बहुत खूब! हे तर उत्तम झालं."

"क्रांतिवीर, लपवण्यासारखं काहीही नाही त्यात हे मीही जाणतो; परंतु तुझं अध्ययन बाकी आहे अजून."

"मी पूर्ण करेन गुरुजी."

"म्हणजे? तू जाणार नाहीस?"

"गुरुरादिरनादिश्च गुरूः परमदैवतम्।
गुरोः परतरं नास्ति तस्मै श्री गुरवे नमः।

गुरू हेच सर्वांचं आदिकारण आहे. मात्र गुरूंना कोणीही कारण नाही. गुरू हेच परमदैवत आहे. म्हणून गुरूंपेक्षा अधिक श्रेष्ठ कोणीही नाही. अशा श्रीगुरूंना नमन माझं.''

''जा क्रांतिवीर. मी निश्चिंत झालो. राजमहाली खलित्याला उत्तर पोहोचेल.''

इथून जाण्याची वेळ जवळ येत चालली आहे. केवळ काही मास. मग संपणार सर्व काही. नाही जायचं परतून असं मी करणार नाही. मी जाईन. मी भेटेन राजे पिताश्रींना, मी भेटेन देवीमाँना. मी स्पष्ट करेन. मी फनकार आहे आणि फनकारच राहणार.

''शागिर्द ऽऽ''

''जी''

''अभिमान आहे तुझा मला! ज्याला आपल्या आत्म्याचा आवाज स्पष्ट ऐकू येतो आणि त्या आवाजाबरहुकूम जो वागू शकतो, अशा व्यक्तीकडे धैर्य असतं. ती तडजोड करत नाही. अलैहिस्सलाम!''

''जी?''

''कुछ नहीं! शागिर्द, यह बीन खुशी भी देती है और दर्द भी! लेकिन इसका दर्द भी बहोत प्यारा होता है. दोनों सम्हालना.''

''जी.''

''शांत झोप आता.''

''आदाब! नमन!''

बडे उस्ताद मनमोकळं हसत राहिले. मीही!

***

गुरुजींनी राजमहाली जवाब म्हणून काय खलिता रवाना केला हे त्याला समजलं नाही. तो तर त्याच्यातच- स्वतःमध्येच रममाण झालेला आहे. जेहेरुन्निसा त्याच्या बीनच्या स्वरांचा पाठलाग करत आहे, तर कधी जेहेरुन्निसाच्या स्वरांचा त्याच्या बीनचे सूर पीछा करत आहेत आणि कधी कधी तर दोघं एक साथ. पक्ष्यांचं एका रेषेत उडत राहणं आणि ओहोळाचं त्याच दिशेनं वाहणं– एक साथ! वैसेही! जेहेरुन्निसाची आणि त्याची मुद्रा ध्यान लागल्यासारखी दिसत आहे.

हे दोघांचं असं एकसाथ होणं इतकं साधं आणि सरळ, सोपं आहे; पण हेच समजणं फार कठीण जातं. सरळ, साधं असणं हेच समजायला आसान का नसतं? जीवन कसं असावं? आसान? की झगडा देत राहणारं? की एक ही दफा जिये

लेकिन ऐसे जिये के मिसाल बन जाये!

दासी अजूनही ताटकळलेली. मला माझ्या दालनात जावंसंच वाटत नाही आहे. कारंज्याच्या बाजूनं असलेल्या गवतावर बसावं. हलके हलके भिजत राहावं. तो त्या दिवशी जसा झूल्यावर बसलेला असताना भिजत होता– तसंच.

मी बसलोच. आज त्यानं जे जे जगलं ते ते जगायचंच. शायद ही शेवटची वेळ असेल?

सरळ गवतावर आडवा झालो. आसमान पूर्णपणे उतरू लागलं बदनपर. सहज नजर गेली. दगडी दिवार दिसली कारंज्याची. गवताचं एक फूल दिसलं. मला एक कहानी याद आली. किसने कहीं थी? कब?

एका बागेत अजब गोष्ट घडली. दगडाच्या दिवारात एक गवताचं फूल फुललं; त्या फुलाला भिंतीचा सहारा होता. वादळ, पाऊस, उन्हं काहीच त्या फुलाला परेशान करू शकत नव्हते. त्या फुलानं एक दिवस गुलाबाचं फूल बघितलं. आसमानकडे जाणारं. त्यालाही गुलाब व्हावंसं वाटू लागलं. त्यानं दुवा मागितली- मलाही गुलाब बनव आणि गुलाब झालं ते फूल. इतर गवताची फुलं बोलू लागली, ''पागल! क्षणभराच्या सुखासाठी शाश्वत सुख हरवलंस.'' वारा आला. गुलाबाच्या पाकळ्या झडू लागल्या. बारिश होऊ लागली, फूल फूल राहिलं नाही. गळून गेलं. गवताच्या फुलांनी विचारलं, ''मर ही गये ना? मेलास. आता तरी अक्कल आली का? क्षणभरासाठी आसमानमध्ये जाण्यासाठी अनेक दिवसांचं हे सुरक्षित जीवन हरवलंस.'' ते फूल म्हणालं, ''तुम्हाला नाही समजणार. क्षणभरासाठी आसमानात जाणं, वाऱ्याशी दोस्ती करणं, डुलणं, थोडा काळ खुलणं; पण ते खरं खुलणं. या जीवनात जो आनंद मिळाला- क्षणभरासाठीही सही- तुम्हाला तो दिवस जगूनही मिळणार नाही. कळणार नाही.''

मी हसलो. ते गवताचं फूल... नाही- मी ते फूल बनलो नाही. मी जगलो. मी माझे क्षण जगलो. खिल गया था, तो अब मुरझाना तो होगाही।

पण तो, तो आत्ता पूर्णपणे खिला हुआ। जेहेरुन्निसाच्या झूल्यावर. आणि ती गाऊन दाखवत आहे –

> कहत बिलावल भेद अल्हैया।
> प्रात समय गुनि गावत जेहि को
> ध ग संवाद करैया।

> आरोहन मध्यम तजि दैया
> संग धैवत मृदु नि बिचरैया
> ग प ध नि सां नि ध प ध नि

धपमगमरे सूर लेवैया॥

***

मी पहाटे पहाटे ओहोळावर पोहोचलो. जेहेरुन्निसाकडे आज जल्दी जाणार आहे. आता केवळ बीस दिन बाकी आहेत. बादल अगदी हाताला लागतील इतके खालती आले आहेत. बारिश. ही कितवी बारिश? पण या समयीची बारिश अलग आहे. ही बारिश उधळून टाकावी अशी.

ओदे तन द्रे तन दिर ना, रे दी ता नि दीं तनन देरे,
ना दीं दीं तन तन ता निं, दी निं तननन ननगन ननगन.
द्रेन्ना द्रेन्ना द्रे द्रे तननन द्रेन्ना द्रेन्ना तदानि तन तन तुंद्रे तदारे,
दानि तदानि दानि ओदे।

"क्रांतिवीर..."
"श्रेभ्य... तू आत्ता इथं? इतक्या पहाटे?"
"तुझे बोल घेऊन आले मला."
"श्रेभ्य, आता फार कमी दिन राहिले."
"होय. मग तू जाशील."
"हं."
"पण..."
"काय झालं श्रेभ्य?"
"तुला काही सांगायचंय, पण..."
"बोल."
"गुरुजी तुला सांगणार नाहीत."
"तू सांग."
"राजमहालातून तबक येणं बंद झालं आहे."
"क्यूँ?"
"गुरुजींनी उत्तर पाठवलं... आणि..."
"श्रेभ्य, हे सर्व माझ्यामुळे..."
"नाही क्रांतिवीर."
"तसंच आहे. मी गुरुजींकडे जातो."
"नको."
"पण..."
"नको."

"तर मग मी राजमहाली जातो."

"ते तर नकोच."

"मग मी काय करू?"

"जुगलबंदी..."

"लेकिन,"

"गुरुकुल चालावं म्हणून दान देणारे सरदार आहेत आणि या गुरुकुलात ज्ञान, कौशल्य प्राप्त करणारे शिष्य शेवटी राजे महाराजांसाठीच आहेत. सेवेत हजर होण्यासाठी..."

"मान्य, पण हे राजे पिताश्रींनी जाणून घ्यायला हवं."

"क्रांतिवीर, तू चिंता करू नकोस."

"गुरुजी. नमन."

"नमन"

"प्रश्न केवळ वीस दिवसांचा आहे. तबक नाही आलं तरी हा आश्रम, हे गुरुकुल असेच शिष्य तयार करत राहणार."

मी अस्वस्थ होतो. मी जाणतो आहे सर्व; परंतु काही करू शकत नाही. मी नाही गेलो रियाजासाठी. मी नाही घेतली हातात बीन. मी असाच फिरत राहिलो. ओहोळाच्या पलीकडे गेलो पोहत. बारिश सुरू झाली होती आणि रान गप्पगार पाण्याचे तडाखे सहन करत होतं. मैं भी! मीसुद्धा राजे पिताश्रींचे हे तडाखे सहन करत आहे. इतक्या दूर राहूनही ते मला घायल करत आहेत. कसा जाऊ मी सर्वांसमोर? क्या कहेंगे सब?

"क्रांतिवीर ऽऽ"

कोण बोलवतंय? कशासाठी?

"क्रांतिवीर ऽऽ"

भार्गवी! मला शोधत आली आहे का? पण दिसत नाही आहे. नक्की भिजली असणार, काळजी करत असणार. झनीमाईनं पाठवलं असणार... नाही... ती न सांगताच आली असणार...

"भार्गवी ऽऽ"

"कुठं आहेस?"

"येतो..."

ही ओहोळ पार करून आली?

"भार्गवी ऽऽ"

"का असा वागतोस? कुठंही जातोस. किती शोधायचं तुला? तुला काही झालं तर? जनावरं आहेत इथं, काही समजत नाही? भूक नाही, तहान नाही. हिंडतोय आपला... हे काय वागणं?"

"भार्गवी..."

"चल आधी. आजारी पडशील. चल..."

"तूही आजारी पडशील."

"एवढी काळजी आहे माझी तर का असं करतोस?"

"भार्गवी, अजून पंचवीस-तीस दिवसांनी मी जाणार..."

"ते आत्ता का सांगतो आहेस?"

"तेव्हा..."

"चल रे, चल."

"पुन्हा येईन मी इथं."

"खरंच?"

"होय."

"मी असेन इथंच. ओहोळापाशी... कुठंतरी."

"चल."

मी तिचा हात हातात घेतला. ओहोळ पार केला. समोर झनीमाई उभी होती. आम्हां दोघांना एकटक बघत...!

***

ती तिघं पुन्हा आश्रमापाशी जात आहेत. हे मी बघतो आहे. मला आत्ता त्या तिघांच्याही मनात तेव्हा काय चाललं असेल हे जाणवत आहे. तिघंही मुकी, जणू मौन व्रत; पण तिघंही आतून अस्वस्थ. त्याचं अस्वस्थ असणं हे मी जाणू शकतो. त्याला या आश्रमाची चिंता होत आहे आणि भार्गवी का अस्वस्थ आहे? तो जाणार म्हणून? तसंच असणार. यही वजह है। लेकिन कशासाठी? त्यानं भार्गवीकडे बघितलं, तर ती उदास हसली. भार्गवी सुंदर आहे, हे त्याला तेव्हा प्रथमच जाणवलं. मलाही जाणवतंय. ती सुंदर आहे. लांबसडक घने केस. काळे टप्पोरे डोळे. पलक इतके दाट आणि वक्राकार, उभट चेहरा. त्यानं कधीच हे नीट बघितलं नव्हतं आत्तापर्यंत. दातही फक्त एक दात एका दातावर, हसली की तो वर आलेला दात छान दिसतो, हेही त्याला आत्ता जाणवतंय. क्या उमर होगी उसकी? झनीमाईला विचारलं असतं तर तिनं सांगितलं असतं. श्रेभ्यनंही सांगितलं असतं. पण त्याच्या

मनात तसं विचारावं, असा खयाल कधी आलाच नाही आणि तसा खयाल आजही माझ्या मनात येत नाही आणि आता फार देर झाली. मीही इथं राजमहालात आणि भार्गवी... कुठं आहे? कैसी होगी? दूरवर कुठंतरी 'होशियार'ची आरोळी दिली जात आहे. म्हणजे रात्रीचा दुसरा प्रहर सुरू झाला आहे. आता राजमहाल अगदी खामोश झाला आहे. पत्थरही काही बोलत नाही आहेत. पत्थर बोलतात... ऐकू येणारे कान हवेत. बडे उस्ताद हमेशा सांगायचे, ''हर एक चीज कुछ ना कुछ कहती रहती है; उसे सुनो। वो बाते सुनने के लिये, ये कान काफी नहीं हैं। मन के कान चाहिये।''

तेव्हा समजायचं नाही काही; पण हळूहळू समजू लागलं आणि ऐकूही येऊ लागलं. झनीमाईच्या मनातलं तुफानही.

ती त्या दोघांकडे बघत आहे. त्या दोघांचे हात एकमेकांच्या हातात... तिला भार्गवीचं आणि त्याचं मन वाचता येत आहे. भार्गवीच्या चेहऱ्यावर त्याच्याबद्दलच्या भावना अगदी स्वच्छ दिसत आहेत आणि म्हणूनच झनीमाई काळजीत आहे. काही शब्द मजेदार असतात. काळजातून जे व्यक्त होतं, ते म्हणजे काळजी! आणि काळजी निर्माण होण्यासाठी काळीज लागतं.

जे झनीमाईजवळ आहे; ते देवीमाँकडेही आहे का? माझं न लढणं तिला इतकं अयोग्य वाटलं. इतकी तुच्छता तिच्या नजरेत? मैं भागा नहीं था. मैं वही था. सर्व बघत. नजरेसमोर माणसं मरताना बघत... देवीमाँ नव्हती तिथं. ती इथं या राजमहालात... रीतीरिवाज पाळत. सजते हुए। या सुंदर पुतळ्यासारखी, मग ते काळीज कुठं आहे? गलती हुई, पुतळ्याला काळीज नसतं.

मी पुन्हा या तिघांकडे बघितलं. तिघंही शांतपणे आश्रमाकडे जात आहेत. त्या दोघांनी एकमेकांचे धरलेले हात आता सोडून दिले आहेत.

प्रार्थनामंदिरात प्रार्थना सुरू आहे.

ओम स्वस्ति प्रजाभ्यः परिपालयन्तां
न्याय्येन मार्गेण महीं पहीशाः
ओम सर्वेषां स्वस्तिर्भवतु
सर्वेषां शान्तिर्भवतु
सर्वेषां पूर्णं भवतु
सर्वेषां मंगलं भवतु
ओम शान्तिः शान्तिः शान्तिः।

दहा

"शागिर्द, एक बात ध्यान में रखना।"

"जी"

"जुगलबंदी जेव्हा असते, तेव्हा एका फनकारनं दुसऱ्या फनकारावर मात करायची नसते. स्वतःला साबित करण्यासाठी ही जुगलबंदी नाही. दोन फनकार एकमेकांच्या साहाय्यानं ती धून आसमानपर्यंत घेऊन जातात, तर ती जुगलबंदी सही! एक उच्च दर्जाच्या अदाकारीची पहचान असते."

"जी।"

"कुछ पुराने राग, ज्यांना प्राचीन काळातले राग म्हटलं जातं, त्यांची दहा लक्षणं मानली जात होती. त्या लक्षणांची नावं अशी- ग्रह, अंश, न्यास, उपन्यास, षाडतत्त्व, ओडतत्त्व, अल्पत्व, बहुत्व, मन्द्र आणि तार. यातली काही लक्षणं आजही प्रयोगात आणली जातात; पण परावर्तित रूपात. जो रचना कानों को अच्छी लगती है, वह राग कहलाती है। और एक बात याद रखना शागिर्द, किसी भी राग में षडज् अर्थात 'सा' कभी वर्जित नहीं होता। क्यूँ के यह सप्तक का आधार स्वर है। और हर एक राग में म और प दोनों में से कम से कम एक स्वर अवश्य रहना चाहिये। दोनों स्वर एक साथ वर्जित नहीं होते।"

"जी।"

"अगर आप थाट बजा रहे हो तो सातों स्वर क्रमानुसार होने चाहिये, लेकिन राग में ऐसा होना जरुरी नहीं है।"

"जी"

"यह सब प्राथमिक बातें दोहरा रहा हूँ क्यूं के इनका ठोस हो जाना आवश्यक है।"

"जी।"

"तो अब शुरू करे?"

"जी"

"राग मारवा लेते है।"

"जी"

***

आरोह – सा <u>रे</u> ग मध निध सां

अवरोह – सां निध मग <u>रे</u> सा

दिवसाचा अंतिम प्रहर! दिवसाचा अंतिम प्रहर आणि त्याचा गुरुकुलातल्या वास्तव्याचाही अंतिम प्रहर. इतकी वर्षं म्हणजे एक दिवस असं मानलं तर त्याचा तो अंतिम प्रहरच होता. त्यानंतर सुरू होणार होती रात्र. अमावस्येची रात्र! हे त्याला तेव्हा माहीत नव्हतं. तो अतिशय मग्न होऊन वाजवतोय. बडे उस्तादही वाजवत आहेत बीन. तो त्यांच्या स्वरांना स्पर्श करण्याची कोशिश करत आहे आणि जेव्हा स्पर्श होतो आहे, तेव्हा बडे उस्ताद अगदी जिंदादिलीनं दाद देत आहेत, 'वा! शागिर्द, सुभानल्ला!'

ती दाद कलेजात साठून राहिली आहे.

आणि ती साठवण घेऊनच तो आता मिठागंजमध्ये गेला आहे. बढियाँसी बैठक लागली आहे. जेहेरुन्निसा सफेद लिबास पहनकर बसली आहे. तिची नक्षीदार चुनरी तिच्या डोक्यावरून खाली उतरून तिच्या खांद्यावरून ओघळून तिच्या गळ्याला लपेटून पाठीवर निवांत झाली आहे. ही अलग जेहेरुन्निसा आहे. हथेलीवर मेहेंदी रचलेली आणि पैर में पायल बांधलेली.

सामने भीड है। मिठागंज आणि आसपासच्या गावांसाठी यह कुछ अजबसी बात हो रही है! बडे उस्ताद, रहमत खाँ, भार्गवी, श्रेभ्य, गुरुजी पूर्ण गुरुकुलच सामने आहे. फक्त झनीमाई नाही तिथं.

तो आता बैठकीवर आहे आणि दुसऱ्या बैठकीवर जेहेरुन्निसा आहे. पखवाज़ घेऊन दुरख्श खाँ बैठकीवर विराजमान झाले आहेत आणि बडे उस्ताद आणि रहमत खाँनी इशारा केला. बीनचा एक झंकार झाला आणि त्या झंकाराच्या स्वरात जेहेरुन्निसाचा सूर कसा आणि कधी सामावला, हे कुणाला समजलंच नाही. अचानक वाहवा वाहवा सुनाई दिया आणि मग मैफलीला रंग चढतच गेला, चढतच गेला आणि मग त्याच्यासाठी समोर कुणी नव्हतंच. तोच होता एकमेव, तोच होता त्याचा तो. तोच झाला स्वर. तोच झाला संगीत. तोच झाला आसमान, चंद्र, तारे, पक्षी, ओहोळ आणि बीन...!

***

कधीतरी मी जागा झालो. जागा झालो की झोपलोच नव्हतो? ते स्वप्न होतं

की सत्य? मी बीन वाजवली की कुणी माझ्याकडून वाजवून घेत होतं? जेहेरुन्निसा गात होती की आणखीन कुणी तिच्याकडून गाऊन घेत होतं? बडे उस्ताद म्हणतात की, 'हो जाता है। हम करते नहीं, हम बजाते नहीं।' सत्य आहे. असा अनुभव आधी नव्हता आला. 'बीन बज रही थी- मी वाजवत नव्हतो.' मग तो कोण आहे वाजवणारा? माझ्या आतून वाजवणारा?

मी कुटीच्या बाहेर आलो. आश्रम निद्रिस्त होता. काही वर्षांपूर्वी एक लहानसा, बावरलेला, इथं यायला नाकारणारा क्रांतिवीर नाइलाजानं आला होता. तो क्रांतिवीर कधीचाच हरवला. आता या क्रांतिवीराला इथून परतणं नाकारायचं आहे; पण त्या क्रांतिवीराची नाकारण्याची शामत तेव्हाही नव्हती आणि या क्रांतिवीराची नाकारण्याची शामत आत्ताही नाही. मी हसलो. माझंच मला. वाटलं, असा हा रात्रीचा शांत आश्रम बघून यावा. मी निघालो. प्रत्येक कुटी, प्रार्थनामंदिर, बडे उस्तादांची कुटी, गुरुजींची, शिष्यांची... आणि भार्गवीची कुटी, तिच्या कुटीच्या जाळीतून अंधुक प्रकाश बाहेर एखाद्या आजारी माणसासारखा, ती जागी आहे? बोलावं? नकोच. मी पुढे गेलो. झनीमाईची कुटी. कुटीचं दार उघडं होतं. मला नवल वाटलं. झनीमाईसुद्धा जागी होती?

"झनीमाई..."

"क्रांतिवीर?"

"होय."

"ये बाळा. निजला नाहीस?"

"होतोही आणि नव्हतोही."

"बैस. आसन घे. कोपऱ्यात आहे."

"जागी आहेस तर कंदील का नाही लावलास?"

"नुसतीच जागी आहे. काही काम नाही, मग दिव्याची काय आवश्यकता?"

"अंधार आहे..."

"लावते."

"नको. मलाही काही काम नाही. सहज आलो होतो."

"जुगलबंदी खूप रंगली ना?"

"असेल. ती ऐकण्यासाठी मी होतोच कुठं तिथं? खो गया था।"

"तू अगदी बडे उस्तादांसारखं बोलू लागला आहेस."

"नाही झनीमाई. मी खरंच सांगतोय, तसंच झालं होतं."

"खरा कलाकार आहेस. उद्या तुझ्यासाठी खीर करेन मी."

"तू का नाही आलीस?"

''नको वाटलं. त्या गावानं काही गोड घातलं नाही माझ्या पदरात. नुसतं नावच मिठा!''

''मी तुझ्यासाठी इथं बीन वाजवेन.''

''खरंच?''

''होय.''

''भार्गवीला पण ऐकव. पुन्हा कधी मिळेल तिला ऐकायला? आता जाशील ना तू!''

''ती जागी आहे झनीमाई. तिच्या कुटीतून उजेड दिसतोय.''

''असणारच जागी. तिचं मन तिला निजू देत नाही.''

''का?''

''सर्वच गोष्टी सांगता येत नाहीत बाळ.''

''तिला काही गम आहे?''

''दुःख तर सर्वांनाच असतं. तुझं दुःख, तुझा आनंद, तुझ्या वेदना आणि तुझा उल्हास तुला व्यक्त करता येतो, बीनमधून. बीनच्या स्वरांतून. पण प्रत्येकाला हे असं साधन मिळत नाही व्यक्त करण्यासाठी.''

''बोलून दाखवावं. जसे पक्षी बोलतात, वृक्ष बोलतात, ओहोळ सांगतो...''

''मुक्यांना येतं बोलता, पण माणसांना, बोलक्यांना बोलता येत नाही.''

''सांग झनीमाई मला. मी तर जाणार आता. जाण्यापूर्वी समजू तर दे.''

''सर्वांचं प्रेम तुला कळतं– पक्ष्यांचं, वृक्षांचं, ओहोळाचं; पण भार्गवीचं प्रेम कळत नाही का रे तुला?''

''कळतं झनीमाई.''

''हे तू बोललास आणि मी भरून पावले. थांब हं. कंदील लावते...''

त्या कंदिलाच्या प्रकाशात झनीमाईचा आनंदानं फुललेला चेहरा बघितला मी. तिच्या चेहऱ्यावर हलक्या सुरकुत्या उमटू लागल्या होत्या, तर प्रत्येक सुरकुती हसत होती. त्या प्रकाशात तिनं माझ्याकडे बघितलं. माझ्या चेहऱ्यावरून हात फिरवला, म्हणाली, ''जा बाळ. तृप्त झाले मी.''

***

तो झनीमाईच्या कुटीतून बाहेर पडतोय. परतीच्या वाटेवर भार्गवीची कुटी दिसली; पण आता तो आजाऱ्यासारखा उजेड दिसत नव्हता. पूर्ण अंधार होता. तो आपल्या कुटीत जातोय. त्यानं वस्त्रं घेतली आणि तो ओहोळापाशी जाऊ लागला आहे. आता तो ओहोळाला सर्व काही सांगेल. जुगलबंदी, त्याचं खो जाना,

मिळालेली वाहवा, आणि जेहेरुन्निसा, तिची हथेलीवर रंगलेली मेहेंदी, तान घेताना वर झालेली ती लाल हथेली, पण मग नंतर काहीच, कोणीच दिसत नव्हतं. तेही तो ओहोळाला सांगणार आता. इतक्या सालांची आदत आहे त्याची आणि ओहोळही सर्व काही ऐकून घेणार. शब्द शब्द पुढे घेऊन जाणार. कुणी त्याच्यासारखाच श्रोता जर पुढच्या प्रवासात भेटला तर त्याला ऐकवणार. तो ओहोळाला सर्व सांगतो आहे. ओहोळ हसतो आहे. आनंदानं. तो खरंच बडे उस्तादांबद्दल, गुरुजींबद्दल, सर्व शिष्यांबद्दल, रहमत खाँ, दुरख्श खाँबद्दल सांगतो आहे. जेहेरुन्निसा आणि झनीमाई आणि भार्गवी...! तो अडखळला. तो भार्गवीला खरंच जाणतो? त्याला खरंच तिचं प्रेम समजतंय? तो गोंधळला आहे. परेशान! आणि जेहेरुन्निसा?

***

"आज्ञा गुरुजी."

"बरं, जाऊन ये, पण वेळ लावू नकोस. भोजनाला हजर राहा. आज मेजवानी आहे."

"आज्ञा."

रफ्तारवर मी मांड टाकली आणि रफ्तारनं वेग घेतला. रफ्तारला समजतंय की मला जेहेरुन्निसाकडे जायचंय. वह भी राह देखती होगी! आता मला सबूर नव्हता. मला जेहेरुन्निसाला बघायचं होतं, बोलायचं होतं तिच्याशी... मी रफ्तारला उधळू दिलं. मिठागंजपाशी मी पोहोचलो आणि रफ्तार शांत झाला. दुडक्या चालीनं जाऊ लागला. त्याच्या केसाळातून हात फिरवला. त्याला थोपटलं. रफ्तार जेहेरुन्निसाच्या मकानापाशी थांबला.

***

छज्जावर जेहेरुन्निसा दिसली. जणू त्याचीच वाट बघत असल्यासारखी. तिला बघून तो आत गेला. रहमत खाँ सामनेच आहेत बसलेले. तो अदबीनं सलाम करतो आहे. रहमत खाँ नी त्याला आलिंगन दिलं. त्यांच्या कुरत्याला एक सुगंध आहे. तो सुगंध आत्ताही मला जाणवतोय. जैसे यहीं है वो खुशबू! मेरे आसपास. जेहेरुन्निसा चिकाच्या पडद्याआड आहे, हे त्याला जाणवतंय. तो पडदा बाजूला व्हावा आणि ती दिसावी...

***

"जेहेर, पानी ले बेटा"

"जी अब्बाजान."

“शागिर्द, आपने कल कयामत कर दी.”

“आपकी दुवाँ से!”

“पानी लो! जेहेर, नाश्ता करवाओ।”

“जी, माफी। आश्रम में आज दावत है। मैंने सोचा, अब मेरा मिलना शायद ना हो। लौट जाऊँगा तो मिलने...।”

“हां हा, मिल लो। और खुदाने चाहा तो जरुर मिलेंगे और कई बार! जेहेर, बातें करो शागिर्द से।”

“जी।”

“रहमत खाँ आत निघून गेले. आम्ही झूल्यापाशी आलो.”

“जेहेरुन्निसा, आपके अब्बाजान कमाल के है। आप परदा नहीं लेती हो। मेरे साथ, एक पराये और वह भी हिंदू लडके के साथ वे आपको मिलने देते है। अकेले! ऐसा शायद कभी हुआ नहीं होगा।”

“हां। वह कमाल के है। मेरी अम्मीजान जब थी, वह भी कभी परदानशीन नहीं थी। चाचाजान को यह मंजूर नहीं था। वे हमसे रिश्ता नहीं रखते। लेकिन फिर भी अब्बाजान वैसेही रहे, कमाल के।”

“मैं जा रहा हूँ। फिर शायद...”

“आप भुलोगे तो नहीं?”

“तुम्हें भुलना मुमकीन नहीं है जेहेर!”

“आपके साथ होना चाहूँ तो?”

“यह भी मुमकीन नहीं है।”

“तो यह आखरी सलाम है?”

“शायद...”

“झूला रोक देना।”

“झुलने दे जेहेर...! अगर मैं वापस आ जाऊ तो...”

“यहीं मिलूंगी,झूलेपर। राह देखते हुए...”

“जेहेर...”

“खुदा हाफिज.”

“खुदा हाफिज.”

रफ्तार संथ चालतो आहे. तो जाणतो आहे की काहीतरी तुटत आहे. स्वर बिखरले गेले आहेत. सूर बेसूर होत आहेत. छज्जा रिकामा होता, मी वळून बघितलं तेव्हा. झूला एकटाच झुलत होता. का आलो मी? तुटणारच होतं मग झूठी आस का दिली तिला? मी परत येणार आहे? शूर वीर, पराक्रमी राजा क्रांतिसेनचा पुत्र

एका म्लेंच्छ मुलीसाठी परतून येऊ इच्छितो, तर त्याला राजमहाल येऊ देईल? सर्व सवालांचे जवाब नकारार्थीच आहेत. आता मागे वळून बघायचं नाही. ही आखरी मुलाकात. भैरवी! एक जलसा होता, त्याचा शेवट आहे हा. ही आंदोलनं आहेत. बडे उस्तादांनी ही आंदोलनं दाखवली होती. स्थिर आणि अस्थिर आंदोलनं! जब किसी ध्वनी की आंदोलन कुछ देर तक चलती रहती है तो उसे स्थिर आंदोलन कहते है और जब आंदोलन शीघ्रही समाप्त हो जाता है तो उसे अस्थिर आंदोलन कहते है। जेव्हा मी रियाजासाठी हर रोज येत होतो जेहेरकडे– स्थिर आंदोलन होतं ते आणि आज आलो, निरोप घेण्यासाठी, तिनं सोचा भी नहीं होगा, ही आखरी मुलाकात असेल. तोडून आलो, शीघ्र समाप्त केलं आणि अस्थिर झालो. सर्व आंदोलनं अस्थिर झाली. आता ही अस्थिरता घेऊन परतायचं. क्यूँ? याला जवाब नाही.

रफ्तार मला घेऊन जातो आहे. न सांगता, गलती न करता. समोर गुरुकुलाचं दार आहे. मेजवानीचा थाट असणार आहे. हा 'थाट' शब्द गुरुजींनी शिकवला. आणि दुसरा 'थाट' बडे उस्तादांनी शिकवला. थाट गाता येत नाही. म्हणून थाटमध्ये रंजकता नाही. आवश्यक नाही, तो थाट मात्र रंजक असतो, देखणा असतो. प्रसन्न करणारा असतो. पण हा थाट जनक आहे, पिता आहे. त्यातूनच उत्पन्न झालेले राग मात्र गाता येतात. राग रंजक असतात. गाण्यातले, वाजवण्यातले राग रंजक आणि मनुष्य स्वभावातले राग मात्र रंज! रंज, दुःखी, त्रासदायक!

आत्ता मी रंज आहे. मला थाट नको आहे. मला काहीच नको आहे. कालची शाम इतकी बेभान आणि आजची सकाळ इतकी बेजान!

***

मेजवानी होती ती. सर्व शिष्य, संपूर्ण गुरुकुलाची. आता सर्व निरोप घेणार आहिस्ते आहिस्ते. तो एकटा आशुफ्ता. प्रत्येकाला आस लागली आहे आपल्या घरी जाण्याची. कुणी कल, कुणी परसो, लेकिन जायेंगे सभी आणि गुरुकुल काही काळासाठी एकटं होऊन जाईल. मग पुन्हा खिलेल... नवीन शिष्यांनी! हे असं अव्याहत चालू राहणार असं त्याला वाटत आहे; पण तसं ते सच में चालत राहिलं का? सगळे शिष्य जातील आणि आश्रमात उरतील रफ्तार, उमंग, तो ओहोळ आणि वृक्ष. पक्षीही जातील. शायद येतील, नवे पक्षी येतील आणि जुनी झनीमाई उरेल और श्रेभ्य आणि भार्गवी... तो पुन्हा आशुफ्ता झाला. मीही झालो. त्याला कुणीतरी समजवा. राजपुत्रानं असं कमजोर दिल असून चालत नाही. त्यानं बीन घेतली. बैठन काढलं बीनेवरचं. नख्या घातल्या. तारा जोडल्या आणि केवळ झंकार उमटत राहिले... मग तारांवर घाव होत राहिले. प्रत्येक तार कंपित होत राहिली. तोही तसाच कंप पावत होता– अनावर, अव्याहत... आज मीही तसाच त्याच्याचसारखा

कंपित, अनावर, अव्याहत!

***

"भार्गवी, प्रार्थनेला सुरुवात कर."

"गुरुजी, क्षमा. मी नाही प्रार्थना म्हणू शकत..."

"काय झालं?"

"नाही म्हणता येणार."

"रोज तूच म्हणतेस."

"मला सूर म्हणजे काय हे तेव्हा माहीत नव्हतं काल-परवापर्यंत..."

"प्रार्थनेला सूर नाही, भाव हवे असतात आणि भावपूर्ण काहीही बोललं तर ते सुरेल होतं. म्हण..."

"आज्ञा."

ओम शं नो मित्रः शं वरुणः

शं नो भवत्वर्यमा

शं नो इन्द्रो बृहस्पतिः

शं नो विष्णुरुरुक्रमः

नमो ब्रह्मणेः नमस्ते वायो

त्वमेव प्रत्यक्षं ब्रह्मासि

त्वमेव प्रत्यक्षं ब्रह्म वदिष्यामि

ऋतं वदिष्यामि

सत्यं वदिष्यामि

तन्मामवतु, तद्वक्तारमवतु

अवतु मां

अवतु वक्तारम्

ओम शान्तिः शान्तिः शान्तिः

"ओम ओ ऽऽऽम्"

"ओ ऽऽऽ म्"

"आज तुम्ही आपापल्या निवासी जाणार. या वर्षांमध्ये जे जे ज्ञान मला अवगत होतं ते ते मी तुम्हाला दिलं. त्या ज्ञानाचा योग्य विनियोग व्हावा. हे गुरुकुल तुम्हा सर्वांसाठी आहे आणि राहील. तुमचं इथं कायम स्वागतच होईल. जी विद्या तुम्ही प्राप्त केली आहे, ती राज्याच्या रक्षणार्थ, राज्याच्या उन्नतीसाठी खर्ची होऊ दे. या राज्याचे आधारस्तंभ तुम्हीच आहात.

"आता एक छोटीशी कथा सांगणार आहे आणि त्या कथेवरून तुम्ही योग्य तो बोध घ्यावा. खूप वर्षांपूर्वीची कथा आहे. आपल्या गुरुकुलासारखंच एक गुरुकुल होतं. शिष्य विद्याप्राप्तीसाठी दूरदूरहून येत. विद्या प्राप्त झाल्यानंतर आपापल्या घरी निघून जात. असेच काही शिष्य विद्या प्राप्त करून काही कालावधीत निघून जाणार असतात. गुरूंनी त्या शिष्यांना बोलावून घेतलं. गुरू त्यांना म्हणाले, "पुढील तीन-चार दिवसांत तुम्ही निघून जाल. सर्व परीक्षा उत्तीर्ण झाला आहात. एकच परीक्षा अद्याप बाकी आहे." सर्व शिष्यांना अचंबा वाटला. कोणती परीक्षा राहिली? पण गुरूंनी परीक्षेबद्दल काही सांगितलं नाही. शिष्य वाट बघत राहिले. दिवस उलटले. जायचा दिवस उगवला. सर्व शिष्यांनी गुरूंना वंदन केलं. निरोप दिला गेला आणि शिष्य गुरुकुलातून बाहेर पडले. एका शिष्याला स्मरण झालं की गुरू परीक्षा घेणार होते, पण घेतली नाही त्यांनी. त्यानं इतर शिष्यांनाही याचं स्मरण करून दिलं. त्यांनाही ते स्मरण झालं; परंतु आता तर गुरुकुल बरंच मागे राहिलं होतं. गुरुकुलातून परतीचा प्रवास रानावनातून होता. चालता चालता संध्याकाळ झाली. अंधार होण्याअगोदर हे वन पार करणं आवश्यक होतं. वनात श्वापद होते, जनावरं होती. जिवाच्या चिंतेनं शिष्य भराभरा पावलं उचलू लागले. एक ओढा होता मार्गावर. ओढ्यावर एक साकव होतं; चार पावलांचं. चालता चालता त्या साकवापाशी सगळे शिष्य पोहोचले. त्या साकवावर बरेच काटे होते. काटे बघून शिष्यांनी ओढ्यावरून उडी घेतली आणि ते पलीकडे पोहोचले; पण एक शिष्य मात्र थांबला. त्यानं काटे वेचायला सुरुवात केली. एक शिष्य त्याला म्हणाला की, 'वेचत बसू नकोस. अंधार होतो आहे. आपल्याला हे रान अंधार होण्याआधी पार करायला हवं. श्वापदं आहेत. जिवाची भीती आहे. चल.' तो शिष्य म्हणाला, 'आत्ता जरा उजेड आहे म्हणून काटे दिसले, अंधार होईल तेव्हा काटे दिसणार नाहीत. कुणी या मार्गावरून रात्रीचं जाऊ लागलं, तर त्याच्या पायांना काटे टोचतील. हे काटे दूर करणं आवश्यक आहे.'

त्या रानात तिथंच एका वृक्षाआड गुरू लपले होते. ते या शिष्याचं बोलणं ऐकून समोर आले. म्हणाले, "तू एकमेव परीक्षा उत्तीर्ण झालास. तुम्ही सगळे अनुत्तीर्ण. गुरुकुलात चला."

"हे सांगण्याचं कारण इतकंच की, तुम्ही सगळे काटे वेचणारे व्हा. सरदारपुत्रं आहात. राज्याचे भावी रक्षणकर्ते. सामान्यजनांच्या मार्गावरचे काटे तुम्ही दूर करायचे आहेत. त्यांचं जीवन सहज व्हावं हे तुमचं उत्तरदायित्व आहे. आता नित्याची प्रार्थना करून आपण सर्वांचा निरोप घेणार आहोत."

सगळे जण उदासही आहेत आणि आनंदातही आहेत. आश्रमापासून आता दूर

जायचं. वापस येऊ, न येऊ. आणि आता आई-वडील भेटणार. ओळखतील का ते आपल्याला? पहचान होईल?

प्रत्येक जण एकमेकांना आलिंगन देत होते. 'मिलेंगे, जरुर मिलेंगे' असा विश्वास देत होते. एक एक कुटी रिकामी होत होती.

श्रेभ्य, भार्गवी, झनीमाई आश्रमाच्या दाराशी उभे होते आणि मी माझ्या कुटीत, एकला. गुरुजी, बडे उस्ताद प्रार्थनामंदिरातच होते. जावं त्यांच्याकडे? क्या कहूँ उन्हें? त्यापेक्षा ओहोळाकडे जावं. आखरी बार. नाही. उद्याही पहाटे जावं. वह कुछ कहेगा।

मी बैठन काढली. बीन घेतली आणि हळुवार तार छेडली. पूर्वी घेतला.

संपूर्ण जाती - नि सा <u>रे</u> ग म प, म <u>ध</u> नि सां

रे नि <u>ध</u> प, म प ग म ग <u>रे</u> ग, रे सा

संधिप्रकाश आश्रमावर पसरला होता.

मला जुगलबंदीची याद आली. पूर्वी गायला जात होता आणि मनाची हुरहुर वाढत होती. जेहेरुन्निसाचे आणि माझे गुरू समोर बसलेले. तब गुरुपौर्णिमा होती. गुरूंना वंदन, सलाम, आदाब!

गुरुदक्षिणा म्हणून बडे उस्तादांनी मैफलीच्या अगोदरच मांग केली होती. म्हणाले होते, ''शागिर्द, तू एका रागाची जेव्हा निर्मिती करशील तेव्हा मला माझी गुरुदक्षिणा मिळेल.'' मी तशी जबान दिली. मला ती पुरी करायची आहे. त्यांनी मला समाधानानं कवेत घेतलं आणि म्हणाले होते, ''उस दिन की मैं राह देखूंगा।''

नि सा <u>रे</u> ग

<u>रे</u> ग <u>रे</u> म ग

म ग <u>रे</u> सा

''शागिर्द ऽऽ''

''आदाब!''

''रुक क्यूँ गये?''

''जी''

''मन भारी हो तो सुरों का साथ हो तो मन मसरूफ हो जाता है। और यह जरुरी है। मनाला त्या अवस्थेतून बाहेर पडण्यासाठी सुरांसारखा साथीदार नहीं। बजाओ शागिर्द।''

''शायद अब नहीं...''

''कोई हर्ज नहीं। बैठन पेहना दे बीन को। मेरे साथ चार कदम चलोगे?''

''जी''

"शागिर्द, मी उद्या पहाटे जाणार आहे. या आश्रमात मला तुझ्यासारखा शागिर्द मिळेल ऐसा मैंने कभी सोचा नहीं था। संगीत कभी सिखके पूरा नहीं होता। कुछ ना कुछ सिखना बाकी रह जाता है। हर एक मोड पर आप पाओगे की आगे और भी है। कभी रुक मत जाना। और भी बडे उस्ताद मिलेंगे, तो सिखना।"

"जी"

"मंदिर चलते है। आपके गुरुजी अकेले बैठे है वहाँ।"

***

तो मंदिराकडे जातो आहे. आजची ही त्याची शेवटची रात्र या आश्रमातली. उद्या राजमहालातून सेवक येतील. एक अबलख घोडा घेऊन येतील त्याच्यासाठी आणि पोशाखही आणतील. तो पोशाख तो उद्या चढवेल आणि आश्रमाचे हे कपडे... तो हाच विचार करतो आहे. उद्या तो या आश्रमापासून तुटणार आहे आणि पोशाख चढवला की त्याचा रिश्ता अलग होणार. त्याला चांगलं वाटलं, त्या पोशाखात त्याला बघण्यासाठी आश्रमात कुणीच नाही. तो मंदिरात पोहोचला. गुरुजी ध्यान लावून बसले होते. शांत मुद्रा, मंदिरातल्या समईच्या तेवत्या ज्योतीचं तेज त्यांच्या चेहऱ्यावर पसरलं होतं. तोही त्यांच्यासमोर बसला. अगदी हळुवार. आहटही लागू न देता. त्यानं डोळे मिटले. मन एकाग्र करू लागला आणि त्याच्या नजरेसमोरून सर्व भूतकाळ फिरू लागला. एक एक प्रसंग, कसाही, कहीं दाईमाँ दिखाई देती है, तो कभी राजे पिताश्री. मधूनच गालाला टोचणारा कमरबंध, तर ओहोळ ओलांडून शोधत येणारी भार्गवी. झूला झुलतोय आणि नवीन बीनचा स्पर्श शहारा उमटवतोय, रहमतखाँ, 'मर्हबा, मर्हबा' म्हणून ओरडत आहेत आणि झनीमाई विचारते आहे, 'तुला समजतंय?'

मी डोळे उघडले. सामने कुणीच नव्हतं. मी एकटा होतो मंदिरात. गुरुजी गेले? आणि बडे उस्ताद? मी नमन केलं आणि मंदिराबाहेर आलो. आश्रम आता माझ्यासारखाच अकेला होता. आता फक्त घोड्यांचं फुरफुरणं आणि गायींचं हंबरणं ऐकू येत होतं. ओहोळाच्या पाण्याचा वाहता नाद यहाँ तक सुनाई दे रहा था। सर्व सुनसान झाल्याचं सांगत होता.

"वंदन गुरुजी!"

"क्रांतिवीर, ये, आसन घे. बैस."

"आज्ञा."

"बोल. काही सांगायचं आहे?"

"नाही."

"मग?"

"---"

"शांत का आहेस? बोल."

"मी उद्या जायलाच हवं?"

"होय."

"परंतु..."

"कुणी कुठे किती काळ थांबायचं याचे हिशेब मांडलेले असतात, क्रांतिवीर. उद्या कदाचित मीही नसेन इथं."

"म्हणजे?"

"बावरून जाऊ नकोस. मी केवळ शक्यता सांगितली. बडे उस्तादही जाणार आता. बंधू इतके कधी थांबले नाहीत इथं, पण त्यांच्या शागिर्दसाठी थांबले."

"कुठं जाणार ते?"

"ते म्हणतात, फनकाराला संपूर्ण पृथ्वी म्हणजे घर."

"गुरुजी, एक विचारू? क्षमस्व..."

"विचार..."

"आपले पिता मोठे वेदशास्त्री..."

"होय."

"बडे उस्ताद एकदा म्हणाले होते की, बालवय त्यांच्या सान्निध्यात गेलं पण नंतर मार्ग भिन्न झाले."

"खरं आहे. आम्ही आमच्या पितांना तात म्हणत असू. तात! आजही त्यांची स्पष्ट वाणी माझ्या कानात गुंजत असते. बंधू आणि मी, आम्ही दोघं तातकडे शिकायचो. एक उच्चार इकडचा तिकडे झालेला त्यांना खपायचा नाही. एका उच्चारानं अर्थ बदलतो आणि अनर्थ होतो."

"म्हणजे?"

"मंद आणि मद. म वरचा अनुस्वार उच्चारला नाही- अर्थ बदलतो. मंद म्हणजे शांत, हळुवार आणि मद म्हणजे धुंदी, कैफ. कुस म्हणजे थोडे, अल्प आणि कूस म्हणजे गर्भाशय असं खूप काही. उच्चार पक्के हवेत. शास्त्र ठोक हवं आणि आचरण स्पष्ट हवं."

"बडे उस्तादही शास्त्र शिकले?"

"नाही. शिकू शकले नाहीत. तात, आमच्या बालवयातच... त्यांना देवाची आज्ञा झाली आणि ते निघून गेले. माई म्हणजे माझी माता. तिनं आम्हाला कष्ट करून मोठं केलं आणि गुरुकुलात जाण्याचं वय झाल्यावर गुरुकुलात पाठवलं.

आमचे गुरू कोपिष्ट होते. ते सेवा करून घेत शिष्यांकडून. काही गुन्हा घडला तर अपशब्दही बोलत; परंतु ते फार ज्ञानी होते. ज्ञान संपादन करायचंच होतं म्हणून मी आणि बंधू तिथं राहत होतो... त्यांचा कोपिष्ट स्वभाव सहन करत. गुरुकुलाच्या शेजारीच एक घर होतं. मियाँ तहूर यांचं.''

''तहूर?''

''तहूर म्हणजे पवित्र. मियाँ तहूर बीन वाजवत. ती गुरुकुलात ऐकू येत असे. मियाँ बीन वाजवू लागले की गुरू जास्तच कोपिष्ट व्हायचे. ते धर्मानुवर्ती होते. आपलाच धर्म योग्य! त्याचंच पालन झालं पाहिजे. मियाँचा शेजार त्यांना सहन होत नसे. मियाँ बीन वाजवू लागले की बंधू ती ऐकत राहत. सेवेत अंतर पडे. गुरू त्यांना शिक्षा देत. एकदा गुरू काही कारणास्तव गुरुकुलाबाहेर गेले होते. आम्ही आमची नित्याची कामं करत होतो आणि बीन ऐकू येऊ लागली. बंधू ती ऐकत होते आणि त्यांना मोह आवरता आला नाही. ते गुरुकुलातून सरळ मियाँच्या दाराशी जाऊन उभे राहिले. गुरू परतून आल्यावर त्यांना बंधूचा गुन्हा समजला आणि त्यांनी बंधूंना सरळ गुरुकुलातून निघून जाण्याची आज्ञा दिली. बंधू निघाले. मला रडू फुटलं. बंधू म्हणाले, ''उमंग, रडू नकोस. मी तुझ्यापासून दूर जाणार नाही. मी मियाँ तहूरांकडे असेन. आणि मियाँनी त्यांना त्यांचा शागिर्द बनवलं.''

''आणि आपल्या माता? त्यांना हे समजलं तेव्हा...?''

''तशी वेळच आली नाही क्रांतिवीर. आम्ही परतून घरी गेलो, तर घर रिकामं होतं. माईलाही देवाज्ञा झालेली होती.''

***

तो शहारला होता तेव्हा. त्यानं गुरुजींकडे बघितलेलं, मी बघितलं. मला आत्ताही त्याच्या नजरेतलं हळवेपण दिसतंय. त्याच्या डोळ्यांच्या कडा पाणावलेल्या दिसत आहेत. तो खिन्न होऊन उठला तर त्याला कुटीच्या दारात बडे उस्ताद दिसले. ते कधी आले? त्याला आश्चर्य वाटतंय. बडे उस्ताद संथपणे आत जात आहेत. त्यांनी त्याच्या खांद्यावर थोपटलं. तो दोन्ही गुरूंच्या पाया पडतोय. त्याला तिथून जाणं कष्टदायक होत आहे. त्याच्या मनातले विचार, तेच आजही माझ्या मनात आहेत. तो तिथून निघून गेल्यावर त्या दोन बंधूंनी काय केलं असेल?

ओहोळावरची ही शेवटची पहाट. पक्ष्यांचं हे गाणं ऐकण्याची शेवटची पहाट. वृक्षांना स्पर्श करण्याची शेवटची पहाट. आज ओहोळ संथ आहे. तो हमेशा की तरह धावत नाही आहे. मी त्याच्या ठंड्या पाण्याला स्पर्श केला आणि तो शहारला. त्याच्यात तरंग उमटले. उमटले आणि खो गये. पुन्हा संथ झाला.

"काय बघतो आहेस एवढं?"

"शांत ओहोळ!"

"आज सर्व शांतच आहे."

"पक्षी गात आहेत ना...!"

"नाही, तेही शांत आहेत."

"सच?"

"हरवला आहेस ना नेहमीप्रमाणे?"

"ही पहाट मला पुन्हा नाही मिळणार."

"फक्त पहाटच?"

"भार्गवी..."

"मला माहीत आहे. ती तुला आवडते."

"कलेची कदर आहे..."

"तिचीसुद्धा आहे."

"छोड भार्गवी. संपलं आहे सर्व."

"तू संपवलंस?"

"मी? नहीं! जो होनेवाला था ही नहीं, तो कहाँ शुरुआत और कहाँ खत्म?"

"वेदना होतात ना रे?"

"झनीमाई उठली?"

"हं."

"चल."

"क्रांतिवीर, जर कधी परतून यावंसं वाटलं तर..."

"येईन."

"माझ्यासाठी?"

"होय. तुझ्यासाठी येईन."

"तुला खरंच समजतंय?"

"होय भार्गवी. मी माझ्या मनाच्या भावना अव्हेरणार नाही आणि तुझ्या मनाच्या भावनांना दर्द देणार नाही. पण... मलाच माहीत नाहीत माझ्या मनाच्या भावना!"

"तुझ्या डोळ्यांत तुला दिसतील त्या कधीतरी."

***

तो भार्गवीबरोबर निघाला आहे. आता फार कमी क्षण राहिले आहेत. भार्गवीला कुटीपाशी सोडून तो पुन्हा वळला. पहिल्या दिवशी जसा आला होता, मंदिरात गेला होता, मग स्वतःच्या कुटीत पाय मुडपून झोपला होता, अकेला– तसा तो आत्ता

पुन्हा स्वतःच्या कुटीत गेला आहे. जमिनीवर झोपला आहे. जाजमावर! आता वापस त्या मऊ मुलायम गादीवर जायचं? त्यानं पाय घट्ट जवळ घेतले आहेत. घंटा वाजू लागली आहे. प्रार्थना सुरू होत आहे. तो ऐकतो आहे –

ओम भूर्भुव स्व:
तस्य वितुर्वरेण्यम् ...॥

अकरा

राजमार्ग फुलांनी सजवलेला! मी बघतो आहे त्याला. तो त्या राजमार्गावरून मोठ्या इतमामात येतो आहे. सफेद अबलख घोडा. तो तसा सफेदच आहे; पण मधूनमधून वेगवेगळे रंग आहेत त्याच्यावर. उंच, शानदार. त्याच्या पाठीवर खोगीर आणि त्यावर मांड घातलेला तो तरुण, उंच, हळव्या डोळ्यांचा, राजपोशाखात. तो आशुफ्ता अस्वस्थ. या पोशाखाची त्याला आदत नाही आहे. त्याला अनेक गोष्टींची आदत नाही आहे. इतने लोग! सगळे त्याला बघण्यासाठी दुतर्फा उभे आहेत. त्याच्या नावाचा घोष चालू आहे. त्याच्यावर फुलांचा वर्षाव होत आहे. कुणी त्याला वंदन करतंय... ही वेगळी दुनिया आहे. त्याला हे असं काही नकोच आहे. ही दुनिया त्याची नाही. हा जुलूस त्याचा नाही. तो क्रांतिवीर तो हा नाही, पण हे सर्व त्याचं. त्याच्याच मनात तो हसतो आहे, सलाम कबूल करतो आहे. जुलूस राजमहालाच्या भव्य कनातीपर्यंत पोहोचला आहे.

तो राजमहाल बघतो आहे. अनेक सालांनंतर. लेकिन तो तसाच आहे. वही पत्थर लेकर खडा है. दास, दासी, त्यांच्या हातांत दिव्यांचं तबक, गुलाबपाणी, अत्तर... आणि त्याला दिसल्या देवीमाँ. तशाच सजलेल्या, जेवर... तो कमरबंध बघतो आहे. त्याच्या गालांना टोचणारा आणि त्याची नजर वळली- राजे पिताश्री. वही आब, गुरुर; पण थोडे थकल्यासारखे वाटले त्याला आणि राजे पिताश्रींची नजर... तीही तशीच आहे अजून?

तो शहारला. होय ती नजर अजूनही तशीच. अंगार! पण तो डर आता त्याच्यात नाही. क्षणभराचं शहारणं आणि मग मात्र त्यानं त्या दोन ठिणग्यांना त्याची शांत थंड नजर दिली. त्या ठिणग्या विझतीलही असा विचार करून.

देवीमाँनं त्याला स्पर्श केला. त्याला आरती ओवाळली. त्यानं राजमहालात पाऊल टाकलं.

दिवाणखाना भरलेला होता. राजे पिताश्रींचं सिंहासन तसंच मखमलीनं आच्छादलेलं

होतं. एक नवीन सिंहासन राजे पिताश्रींच्या सिंहासनाशेजारी मांडण्यात आलं होतं. ते सिंहासन त्याच्यासाठीचं. त्याला ते समजलं; पण त्याला विराजमान व्हावंसं वाटत नाहीये. ललकारी दिली जात आहे.

"महाराजे, राजेजी क्रांतिसेन आणि कुमार राजे क्रांतिवीर आ रहे हैं ऽऽऽ"

***

"हा अवजड पोशाख, ही रत्नखचित तलवार, शिरपेच – हे मला फार जड जातंय. मला हा बोझ नकोसा झाला आहे आणि ते तख्त? ते मला टोचणार आहे. मला माझं आसन हवं आहे. ते आश्रमातून आणायला हवं होतं. तरी गुरुजी विचारत होते, "बाळ, काही हवं आहे का?" मीच 'नाही' म्हणालो. मागणार तरी काय? 'मला तिथंच राहू दे' एवढंच मागायचं होतं मला...

दरबारात कोण काय बोलत होतं? मला काहीही ऐकू आलं नाही. दरबार बरखास्त झाला. मी माझ्या दालनात आलो. माझं दालन सजवलेलं होतं. छोड के गया था दालन, उससे भी अलग. शानदार बनाया गया था। मी थकलो होतो. मनानं थकलो होतो. मला माझी कुटी याद येत होती. मी गादीवर बसलो तर तो मऊ, नरम स्पर्श मला नकोसा झाला. मी खाली जाजमावर बसलो.

"कुमार राजे, आपल्याला राजमाता देवींनी भेटीची आज्ञा दिली आहे."

आज्ञा तर गुरुजी द्यायचे. आई इतक्या सालानंतर आपल्या पुत्राला भेटायला येऊ शकत नाही? आज्ञा देते? झनीमाई असती तर ती अशी आज्ञा देत बसली असती? नाही. ती सामने आली असती. स्पर्श नसता केला; पण तिच्या नजरेनं मायेचा वर्षाव केला असता...

"कुमार राजे..."
"आ रहा हूँ।"

"नमन देवीमाँ,"
"कुमार राजे क्रांतिवीर, या."
"जी."
"बसा. दासी, तबक आण. कुमार राजे इथेच फलाहार घेतील."
"आज्ञा."
"कुमार राजे, कसा झाला तुमचा प्रवास?"

“अच्छा हुआ। अश्व दमदार होता.”

“इतक्या वर्षांनंतर घरी आला आहात. घराची आठवण येत नव्हती तिथं? आमची आठवण?”

“सत्य सांगू?”

“हं.”

“काही सवाल आहेत मनात. विचारू?”

“तुमची भाषा बदलली आहे कुमार राजे.”

“जी. लेकिन, विचारू?”

“विचारा.”

“आपल्याला माझी याद येत होती?”

“हा प्रश्न आहे? एका मातेला आपल्या पुत्राची याद येणार नाही? ती अस्वस्थ, दुःखी होणार नाही? पुत्राला बघण्यासाठी तळमळणार नाही?”

“शायद...”

“शायद? विश्वास नाही?”

“इतक्या वर्षांत कधी मला खलिता पाठवला नाहीत. मग मला समजणार कसं?”

“रिवाज असतात. बंधनं असतात.”

“राजमातेला बंधनं? आपल्या पुत्राला खलिता पाठवण्याची मनाई?”

“........”

“होय कुमार राजे.”

“नमन राजे पिताश्री.”

“कुमार राजे, ही बंधनं आमच्या माँ राजमातेनं पाळली. ही परंपरा आहे. राजकुमारानं खंबीर, दृढ होण्यासाठीचे हे उपाय आहेत. राज्य सांभाळायचं तर भावनांना किंमत नाही. लेकिन याचा मतलब असा नाही की, पुत्रप्रेम नाही. प्रत्येक राज्याला वारस हवा असतो. तोच पुढे सर्व राज्यकारभार सांभाळणार असतो आणि प्रेम हे दाखवण्याची चीज नाही. कुमार राजे, तुम्ही आता मोठे झाला आहात. चिंता करा राज्याची. चिंता करा जनतेची. चिंता करा राज्याच्या वृद्धीची. खलिता का नाही आला, याची चिंता नको.”

“जी.”

“तुम्ही जी विद्या प्राप्त करून आला आहात त्याचं प्रदर्शन उद्या द्यायचं आहे. परीक्षित तुमच्याशी सामना करेल.”

“परीक्षित?”

“होय. सर्व विद्येत तरबेज आहे तो.”

“गुरुकुलात न जाताच?”

“कुमार राजे, हा अवमान होतो आहे.”

“मी अवमान करत नाही. मला आश्चर्य वाटतंय.”

“एक राजपुत्र स्वतःला सामान्य समजू लागला आहे? राजमाता, यांची जबान सुधारा.”

“महाराज, आजच आले आहेत कुमार राजे. जरा सबूर...”

“येतो आम्ही.”

“फराळ...?”

“नहीं।”

राजे पिताश्री निघून गेले. देवीमाँ कष्टी होऊन बघत राहिल्या दालनाच्या दाराकडे. मी कुठं होतो मग? ना ते दालन माझं, ना ती देवीमाँ, ना ते पिताश्री. ते दोघं होते त्यांचे त्यांच्यासाठी. दासीनं आणलेला फलाहार तसाच होता- कशिदा केलेल्या रुमालाखाली आणि मला आठवत होते आश्रमातले कंद! मी दालनातून बाहेर आलो. देवीमाँला निदान माझं तिथं नसणं तरी समजलं असेल का?

माझ्या दालनात आलो तर सामने बीन होती. मी अधीर झालो. दालनाचं दार बंद केलं. बीनपाशी गेलो. बैठन काढली. बीनचा स्पर्श! मोराचा स्पर्श, ब्रह्मांडाचा स्पर्श आणि तंबोरीचा स्पर्श. नख्या घातल्या आणि या राजमहालात बीनची पहिली तार झंकारली आणि ती झंकारतच राहिली.

***

तो मुग्ध झाला होता. खो गया था। त्याला आता काहीच आठवत नाहीये. त्याच्या वेदना मात्र त्याच्या चेहऱ्यातून, त्याच्या स्वरांतून दालनभर पसरत होत्या. बंद डोळ्यांमधून एक अश्रू नव्हता; पण बीन रो रही थी। तिलाही हा राजमहाल पराया वाटत होता का? त्यानं तिला विचारायला हवं होतं; पण त्याच्याकडेच जवाब नव्हता तर ती तरी काय बोलणार! तो तिला जसं हवं तसं बोलायला लावतो आहे. अच्छा है। कम से कम बीन तो उसका साथ दे रही है।

त्याच्या दालनाचं दार तो दास ठोठावतो आहे; पण त्याला ते सुनाई नहीं देत आहे आणि तो थांबला. अचानक!

दार ठोठावण्याचा आवाज मोठा होत जातो आहे... अजून मोठा.. मोठा. घण घण घण...!

मी नकळत कानांवर हात ठेवले. आत्ताही तो घणघणाट मला ऐकू येतो आहे.

***

''कुमार राजे, म्हणजे आम्ही जे ऐकलं ते सही होतं तर. तुम्ही अलग विद्या प्राप्त करून आलात.''

''जी नहीं, मी दोन्ही विद्या प्राप्त करून आलो.''

''तुम्ही कुमार राजे आहात. स्वतःला 'आम्ही' म्हणण्यास शरम वाटते?''

''गुरुजींनी शिक्षा दिली की सगळे समसमान असतात. विद्यादान देणारे गुरुजीही स्वतःला 'आम्ही' म्हणू इच्छित नाहीत, तर मी तर एक शिष्य. मी कसं 'आम्ही' म्हणू स्वतःला?''

''कुमार राजे, गुरुकुल आणि राजमहाल यांतली तफावत तर शीघ्रही जाणून घ्याल तर ठीक. रीतीरिवाजांना अमान्य करणं, बडोंका अनादर करणं आपल्या खानदानीत नाही. पालन करावंच लागेल रिवाजांचं.''

''जी.''

''जवाब द्या. बीन वाजवता तुम्ही?''

''जी.''

''फनकारांचा मानसन्मान करणं, त्यांच्या कलेची कदर करणं, त्यांनी राजेमहाराजांची सेवा करणं... आम्ही समजू शकतो. फनकारांना आसरा देणं, ही आमची जबाबदारी. त्यांनी आमचं मनोरंजन करणं, ही त्यांची आवश्यकता. बस, इतनाही. तुम्ही कुमार राजे आहात. फनकार नाही.''

''क्षमस्व. मी फनकार आहे.''

''तौहिन होत आहे.''

''केवळ मनोरंजन करणं, ही फनकाराची आवश्यकता नाही. फनकार कुणावरही अवलंबून नाही. तो आजाद असतो. तो गुलाम असेल तर त्याच्या कलेचा.''

''कुमारऽऽ.''

''राजे पिताश्री, आम्ही बीन शिकतो आहोत हे समजल्यावर गुरुजींना तबक यायचं बंद झालं.''

''तो त्यांचा गुन्हा...''

''नाही राजे पिताश्री, गुन्हा कुणाचाच नाही. ना गुरुजींचा, ना बडे उस्तादांचा, ना आमचा.''

''गुन्हा आमचा आहे कुमार राजे. तुम्हाला गुरुकुलात पाठवलं.''

''शुक्रगुजार हूँ मैं, हम! त्यामुळेच आम्हाला आमचा आत्मा मिळाला.''

''आत्मा? एका राजाचा आत्मा त्याचं तख्त, त्याची जनता असते आणि तुमचाही आत्मा...''

''नहीं, राजे पिताश्री. आम्ही अलग आहोत.''

''तौहिन करणंही शिकवलं गुरुजींनी?''

"नहीं, सत्य शिकवलं. ते व्यक्त करायला शिकवलं."

"जा इथून. आत्ता..."

"आज्ञा!"

तो समाधानानं परततो आहे राजे पिताश्रींच्या दालनातून. त्याच्या चेहऱ्यावरचं तेज आत्ताही मला दिसतं आहे. तेज असंही असतं? जेहेरच्या चेहऱ्यावर तेज असायचं. तिचं गायन तिला तेजोमय करायचं. 'तेजोमय' गुरुजींचा प्यारा शब्द होता. कुणीही शिष्य उत्तम उत्तीर्ण झाला की ते म्हणत, 'तुझा भविष्यकाळ तेजोमय आहे.' आणि ते त्यालाही म्हणाले होते, जेव्हा त्यांनी त्याची बीन प्रथम ऐकली, 'क्रांतिवीर, तुझा भविष्यकाळ तेजोमय आहे.' तो ओहोळासारखा, पावसाळ्यातल्या ओहोळासारखा खळखळून गेला होता आतून! ते वाहणं आजही अनुभवता येत आहे. पण तो राजमहालात आला आणि ते वाहणं गोठून गेलं. त्याला या राजमहालात मोकळं वाटत नाही आहे. या सोनेरी जंजीरांची त्याला आदत नाही आहे. तो लहान होता तेव्हा रोप रुजायच्या आधीच दुसरीकडे लावलं गेलं. तिथं ते रोप रुजलं, वाढलं, बहरलं, आणि आता पुन्हा ते तिथून उपटून इथं आणलं. इथं तो वाढलेला वृक्ष रुजत नाहीये. तो आपल्या दालनात अस्वस्थ, आशुफ्ता, फेऱ्या घालत. रात्र रात्र जागवून काढतो आहे. त्याच्या खिदमतीत दासी चित्रा आहे. कुमार राजे झोपल्याशिवाय ती झोपू शकत नाही. ती तेव्हापासून जागीच आहे. ती आत्ताही जागी आहे. जेहेरुन्निसाही जागीच असेल? आणि भार्गवी? त्याचे विचार थांबत नाहीत. पुन्हा पुन्हा त्याला गुरुकुलात आणि मिठागंजमध्ये घेऊन जातात. तो नको नको म्हणतो आहे; पण विचारांना रोकणार कोण?

त्याची ती परेशानी, तगमग मला आत्ताही दिसते आहे. तो असा माझ्या सामने इथं कारंज्याभोवती... आणि मी त्याच्या मागे, त्याचा पीछा करत... पण मी आता दमलो आहे. त्याचा पीछा करत राहणं मला थकवतंय आणि तो हर वख्त माझ्यासमोर. जा सांगितलं तरी जात नाही. नहीं जाता वो बडे उस्ताद, मैं क्या करू?

***

चित्रा माझा पोशाख घेऊन उभी होती. दरबारात हजेरी लावायची होती म्हणून खास पोशाख देवीमाँनी पाठवला होता. मी तयार झालो तशी चित्रानं फलाहाराचं तबक आणि केशर दुधाचा पेला दिला.

दरबारात ललकारी झाली. "कुमार राजे क्रांतिवीर हाजिर होत आहेत. आदब!" माझ्या आसनावर मी विराजमान झालो. जाळीच्या पडद्याआड राजमाता उत्कर्षदेवींचं अस्तित्व मला जाणवलं. माझा पेहराव बघून त्यांच्या चेहऱ्यावर समाधान पसरलं असणार, याची मला खात्री आहे. पुन्हा ललकारी झाली राजे पिताश्रींच्या नावाची

आणि दरबार खडी सलामी देण्यासाठी तय्यार झाला. मीही तय्यार झालो. राजे पिताश्री सिंहासनावर विराजमान झाले.

दरबार सुरू झाला.

कुछ सवाल, कुछ शिकायतें...

लोक येत होते, सांगत होते, याचना करत होते, कुणी तोहफा देत होते, तर कुणी दुवा देत होते. कुणाची शिकायत दफ्तरदार नोंदवून घेत होता. कारभार असा चालतो? यह तो मेरा पहला दिन था; आणि मी कंटाळलो. मला गुरुजींनी शिकवलेलं याद आलं, 'निरुत्साहाददैवं पतति' निरुत्साहामुळे चांगलं नशीबदेखील निरुपयोगी होतं. माझं नशीब चांगलं की वाईट? मी राजपुत्र आणि मला सत्तेची ओढ नाही. ये अच्छा है की बुरा? कुछ भी हो; सच एकच की मी फनकार आहे.

"कुमार राजे."

"कुमार राजे ऽऽ"

"जी."

"सरदार परीक्षित तुम्हाला कुर्निसात करत आहेत."

परीक्षित? याला मी ओळखलंच नसतं. माझा बालमित्र! तो मला कुर्निसात का करतो आहे? इसके तो गले मिलना चाहिये! मी उठलो. न राहवून आगे गेलो. त्याला मिठी मारली. तो तसाच उभा, आश्चर्यानं! मी दूर झालो. तो माझ्याकडे बघत नव्हता. उसकी नजर राजे पिताश्रींवर होती. मीही त्यांच्याकडे बघितलं खुशीनं; पण त्यांच्या नजरेत केवळ संताप होता आणि मला पुन्हा त्या दोन ठिगण्या दिसल्या. मैंने क्या किया? कौनसा गुन्हा?

"कुमार राजे, विराजमान व्हा."

"जी."

"सरदार परीक्षित, आज कुमार राजेंच्या हस्ते हा खंजिर तुम्हाला या मुलाकातीची याद म्हणून आम्ही देत आहोत."

परीक्षित अदबीनं पुढे आला. तबकात रेशमी रुमालाखाली रत्नखचित मूठ असलेला खंजीर होता. खंजीर! कुणाचा तरी वध करण्यासाठी आणि तो रक्तानं माखण्यासाठी; पण तरी त्याची मूठ मात्र रत्नांनी सजवलेली. रेशमी रुमालानं आच्छादलेली... रक्त आणि रत्न यांचा मिलाफ?

"कुमार राजे ऽऽ"

"जी."

"तोहफा देता आहात ना?"

"जी."

परीक्षितनं खंजीर दोन्ही हातांच्या तळव्यात घेतला. पुन्हा कुर्निसात केला आणि पाठ न दाखवता तो तसाच मागे दस कदम गेला आणि वळून आपल्या आसनावर विराजमान झाला.

दरबार समाप्त झाल्याची ललकारी दिली गेली. राजे पिताश्री गेले, पडदाही रिकामा झाला. मी जाईपर्यंत कुणीही सरदार, दफ्तरदार, मंत्री जाणार नाहीत हे मला समजलं. मी माझ्या आसनावरून उठलो. सर्वांना नमन केलं आणि दरवाजातून बाहेर पडलो. दोन सेवक माझ्या बरोबरीनं येऊ लागले. असेच चार सेवक राजे पिताश्रींबरोबर असतात आणि दोन दासी देवीमाँबरोबर. आता माझं स्वातंत्र्य संपल्याची जाणीव मला होऊ लागली. तसं तर ते राजमहालात येता क्षणी... नाही आश्रमात सेवक राजवस्त्र घेऊन आला तेव्हापासून माझं स्वातंत्र्य संपलेलं होतं. मला ते तेव्हा सिर्फ जाणवलं नव्हतं.

मी माझ्या दालनात आलो. सेवकांनी बाहेरच थांबायचं असतं, दाराशी. ते तसेच दाराच्या दोहो बाजूंनी. दार बंद करताना मला विचित्र वाटलं. माझी कुटी छान होती. झनीमाई, भार्गवी, श्रेभ्य, एकाक्ष, दैवक कुणीही कधीही यायचं. माणसात असून एकांत होता तिथं आणि इथं एकांतातही एकांत नाही. त्या दोन सेवकांचं अबोल अस्तित्व हमेशा दाराशी असणार. मी घुसमटू लागलो. मला मोकळा श्वास हवा आहे.

***

तो तडफडतोय. त्याला श्वास हवा आहे. रानावनाचा गंध हवा आहे. तो बीनजवळ जातो आहे. बैठनला स्पर्श करतो आहे; पण ते काढत नाही आहे. या कोंदटलेल्या जागेत बीन तरी कशी रंगणार? तिचा स्वर कसा लागणार? त्याचं सर्व जीवनच बेसूर झालं आहे. त्याला बडे उस्ताद आठवले. बडे उस्ताद त्याला एकदा सांगत होते, "बेटा, जीवन का अर्थ है, नये का रोज रोज अनुभव. ज्यानं नव्याचा अनुभव घेणं बंद केलं, वह मर चुका है। उसके प्राणों की प्यास ठंडी पड गयी है, चेतनेची ज्योत थंड पडली आहे. रोज रोज कुछ नया सिखते रहना बेटा."

***

काय शिकू इथं? इथं नवं काय आहे? इथं ते स्वर नाहीत, लय नाही, ताल नाही.

"कुमार राजे, राजमाता देवीमाँ आपली भेट घेऊ इच्छितात."

"येऊ दे."

"वंदन देवीमाँ."

"आशिष. कुमार राजे, आज दरबारात तुम्ही मर्यादा ओलांडलीत."

"मर्यादा? आम्ही नाही समजलो."

"सरदापुत्र आणि राजपुत्र यांचं भर दरबारात आलिंगन?"

"तो आमचा दोस्त आहे."

"ही दोस्ती खासगीत ठेवावी कुमार राजे. दरबारी उसूल पाळावेच लागतात. महाराज राजे खफा झाले आहेत."

"ते तर आमच्यावर खफाच असतात. अगदी लहानपणापासून त्यांना खफाच बघतो आहोत."

"हे सही नाही आहे. ते खफा का होतील? आपल्या एकमात्र पुत्रावर त्यांचा जीव आहे. तुम्ही त्यांची जान आहात."

"असेनही. देवीमाँ, आम्ही संभ्रमात आहोत. गुरुकुलात मोठे झालो. गुरुजींनी दिलेलं ज्ञान आणि राजमहालातले उसूल यात तफावत आहे; कसं वागावं आम्ही? 'कदाचिदपि चारित्रं न लङ्घयेत!' मनुष्याने केव्हाही सदाचाराचं उल्लंघन करू नये. मी... नव्हे. आम्ही सदाचारानं वागतो आहोत."

"कुमार राजे..."

"देवीमाँ, थोडा समय हवा आहे. आम्हाला या मऊ, मुलायम बिछान्यापेक्षा जमिनीवरचं जाजम जचतं. केशरदुधापेक्षा, साधं दूध चविष्ट लागतं. फलाहारातल्या पदार्थांपेक्षा कंद रुचतात. या राजेशाही पेहरावापेक्षा साधा अंगरखा सुखावतो. अत्तराच्या फायापेक्षा ओल्या मातीचा सुगंध भरभरून घ्यावासा वाटतो. या भल्या मोठ्या दालनापेक्षा ती कुटी..."

"बस कुमार राजे..."

"लेकिन..."

"बस्! तौहिन होते आहे. ठीक. आम्ही तुम्हाला समय देतो. याद आहे? आज तुमची आणि परीक्षित सरदारांची जंग ठरवली आहे?"

"जंग?"

"सामना..."

"मित्राशी सामना?"

"कोण किती यश मिळवतं... आम्हाला आमचे कुमार राजे यशस्वी होताना बघायचं आहे."

"मित्राला हरवून मी यशस्वी होणार?"

"कुमार राजे..."

"देवीमाँ, ही जंग आहे खरंच. आम्हाला आमच्याशीच लढायचं आहे."

"आम्ही तुम्हाला आत्ताच म्हणालो की तुम्हाला समय देतो. आम्ही महाराज राजेंशी बोलणार आहोत. आजचा सामना होणार नाही असा प्रयत्न... कारण महाराज राजेंचा पुत्र जर सामना हरला तर ते महाराज राजेंसाठी मोठी शरमिंदगी असेल. नाही, हा सामना आज होऊन चालणार नाही... आम्हाला निरोप द्या कुमार राजे..."

"क्रांतिवीर आहे ना आमचं नाव?"

"निरोप द्या कुमार राजे."

"नमन, आदाब!"

"आशिष."

***

तो दालनाच्या मोठ्या तावदानातून कारंजं बघत उभा आहे. तो कारंजं बघतो आहे, हेही त्याला समजत नाहीये. तो दूर बघतो आहे. सर्वांच्या आरपार. महाराज राजे, राजे पिताश्री काय म्हणत असतील? देवीमाँ, राजमाता उत्कर्षादेवी – त्यांना काय वाटत असेल? राजमहाल अगदी शांत आहे. सेवक, दासी नेमून दिलेली कार्यं करत आहेत, हे त्याला न बघताही जाणवत आहे आणि त्याला ते जाणवत आहे, हे मी बघतो आहे. तो मला आत्ता त्या दालनाच्या मोठ्या तावदानापार दिसतो आहे. दिवस मावळतीकडे गेला आहे. उदास! सूर्यानं आपला विस्तार त्याच्या समीप घेतला आहे, आवरून टाकला आहे. राजमहालावर काळोखी पसरत आहे. दालना-दालनातून कंदील तेवू लागले आहेत आणि कारंज्याजवळ गडद होणारा काळोख कारंजं अदृश्य करत आहे. आता त्या कारंजाचं अस्तित्व केवळ आवाजानंच जाणवत आहे. तो अजूनही त्या तावदानापार, तसाच!

बारा

मला जाग आली. रात्रीचा कोणता प्रहर? मला जाग आली. स्वप्न होतं. हो स्वप्नच, पण बिलकुल सच. स्वप्नात फकीर होता. त्या फकिराला त्याच्या स्वप्नात परमात्म्याचं दर्शन झालं. दर्शन झालं त्या खूप एकट्या फकिराला. त्याला दिसलं की परमात्मा तर त्याच्यापेक्षा जास्त अकेला आहे. त्याला अति आश्चर्य वाटलं. त्यानं परमात्म्याला विचारलं, ''तुम्हीसुद्धा इतके अकेले आहात? तुमचे तर किती भक्त आहेत. वे सब कहाँ गये?'' परमात्मा म्हणाला, ''मी तर नेहमीच एकटाच आहे आणि म्हणूनच जे नितांत एकटे होतात, तेच केवळ मला अनुभवू शकतात आणि भक्त अथवा तथाकथित धार्मिकांबद्दल बोलायचं, तर ते सगळे माझ्याबरोबर होतेच कधी? त्यांच्यापैकी कुणी रामाबरोबर, कुणी कृष्णाबरोबर, कुणी येशू तर कुणी मोहम्मदबरोबर, कुणी महावीरांबरोबर, त्यांच्यापैकी माझ्याबरोबर तर कुणीच नाही. मी नित्य एकटाच आहे आणि म्हणूनच जो कुणाच्याही बरोबर नाही, केवळ एकटाच आहे, तोच केवळ माझ्याबरोबर आहे.''

स्वप्न होतं. ते माझंच रूप होतं? माझ्या एकटेपणाचं रूप? मी परमात्म्याबरोबर आहे. तो माझ्याबरोबर आहे आणि तो या बीनमधून माझी साथ करत आहे. गेले काही दिवस मी ती साथ का सोडली? मी क्षमा मागितली. बीन घेतली. धूळ स्वच्छ झाडली. बैठन काढलं. स्वर घेतला. अचल स्वर. माझं एकाकी वादन. कंपन वाढलं. चल स्वरांपाशी आलो. चिकारा ते चिकारी, तंबोरापर्यंतच्या तारा छेडत राहिल्या. द्रुत लय सुरू झाली आणि संपूर्ण दालन स्वरांनी भरून गेलं आणि मला जेहेरुन्निसा याद आली. दुरख्श खाँ याद आले. जुगलबंदी याद आली. लय वाढत राहिली आणि तृप्ततेनं डोळ्यांतून अश्रू ओघळणाऱ्या भार्गवीचा चेहरा सामने आला.

आज मी हरवलो नाही; पण आज ते सगळे हरवले आहेत. बडे उस्तादांना या शागिर्दचा आदाब आणि आदाब रहमत खाँ साहेबांना.

पहाटेची किरणं बऱ्याच दिवसांनी बीन ऐकत या दालनात हसत हसत अवतरली.

दिन सुहाना वाटला. बीनवर बैठन चढवलं. वंदन केलं आणि रपेटीसाठी निघालो.

***

बऱ्याच काळानंतर त्यानं घोड्यावर मांड घातली आहे. राजनगर अजून निद्रेत आहे. तो राजनगराची तटबंदी ओलांडून पुढे जातो आहे. दरवानांनी कुमार राजेंना बघून दिंडी दरवाजा उघडला. त्याला खरं तर नवल वाटत आहे. तो भरधाव. कहीं भी... नदी वाहत होती. तो नदीकिनारी जातो आहे. नदीच्या थंड पाण्याला त्यानं जसा स्पर्श केला, तसा तो शहारला. त्याला ओहोळाची याद आली. तो ओहोळ या नदीत सामावत असेल का? कसा, कुठून कुठं वाहतो तो ओहोळ? तो विचार करत राहिला.

***

"कुमार राजे ऽ"

"कोण?"

"मी परीक्षित."

"परीक्षित?"

मला त्याला बघून खुशी झाली.

"तू इथं? आणि हे कुमार राजे काय? क्रांतिवीर म्हण."

"आपण कुमार, राजपुत्र."

"ते सर्व राजमहालात. या इथं, एवढ्या महान निसर्गासमोर कोण राजा, कोण राजपुत्र आणि कोण सरदारपुत्र? हम दोस्त है परीक्षित!"

"क्रांतिवीर..."

परीक्षितनं मला मिठी मारली.

"खुशी झाली तुला असं बोलताना ऐकून, तुला बघून. तू तसाच राहिलास, जसा मला याद आहेस."

"लेकिन तू बदललास."

"आब राखायला हवा ना?"

"परीक्षित, तुझा आणि माझा सामना होणार आहे. जाणतोस ना?"

"होय."

"तो सामना का आहे, हे जाणतोस?"

"नहीं."

"मी विद्या प्राप्त केली आहे की नाही हे बघण्यासाठी."

"सच?"

"होय. तू तुझं खेळ. मीही खेळेन. सोचना मत, मैं हार रहा हूँ, या जीत रहा हूँ।

"तू का हरशील?"

"सच कहूँ तो, मला काही दिलचस्पी नाही. माझ्यासाठी तो सामना नाहीच. सिर्फ माझ्या गुरूंना वंदन असेल ते."

"क्रांतिवीर, मी ऐकलं आहे की तू बीनकार आहेस."

"हाँ! मी बीनकार आहे. फनकार आहे. मी योद्धा नाही."

"मी बीन ऐकू शकेन तुझी?"

"जरूर."

"कधी?"

"आज ही"

"कहाँ?"

"राजमहालाच्या मागच्या बाजूला जो खासगी बगीचा आहे वहाँ। शाम समय, दिन का तिसरा प्रहर."

"आणि राजे महाराज? राजमाता देवी?"

"वे भी आ सकते है। संगीत पूर्ण दुनियेसाठी आहे. जो लेना चाहते है, ले ले, जो मन में चक्र ढालना चाहते है, ढाल ले और जो नहीं... वह प्यासे है, प्यासेही रहेंगें।"

"क्रांतिवीर, मी प्यासा नाही राहू इच्छित..."

***

तो हसतो आहे. सौम्य, शांत! बीनकार बीन स्वतःसाठी वाजवत असतो. प्रत्येक कलाकार आपली कला आपल्यासाठी जगत असतो, असं बडे उस्ताद सांगत. और अगर ऐसा हो तोही वह कला मीठी लगती है हर एक को! त्याला हे आत्ताही आठवत आहे. वापस जाताना तो हाच विचार करत आहे. परीक्षितलाही त्याची कला दाखवण्याची संधी मिलनी चाहिये। तो ती संधी देणार आहे. सामना खेळून. खेळ खेळायचा आहे त्याला आता. त्याच्या स्वतःसाठी.

तो राजमहालात जातो आहे आणि राजमहालात मोठी गडबड सुरू आहे. क्या हुआ? सगळे काहीतरी ढूँढ रहे है आणि चित्रानं त्याला बघितलं. ती ओरडते आहे, "कुमार राजे आले... कुमार राजे आले..."

आणि तो सावध झाला आहे. ही गडबड आपल्याचसाठी सुरू आहे.

***

“कुमार राजे, आमच्या महाली या.”

“जी.”

“कुमार राजे, तुम्ही राजमहाली वापस आला आहात. काही समय तुम्हाला इथं सामावून जाण्यास अवधी आवश्यक, हे आम्ही जाणलं. तसा समय दिलाही. राजमाता उत्कर्षादेवींनी आम्हाला विनंती केली म्हणून तुमचा सरदार परीक्षितशी होणारा सामना आम्ही रद्द केला...”

“सामना होऊ शकतो राजे पिताश्री. आपण जेव्हा आज्ञा द्याल त्या दिवशी होईल.”

“अस्सं? ठीक. उद्या सायंकाळी सामना जाहीर होईल.”

“जी.”

“आणि आजपासून सातव्या दिवशी सायंकाळी सामना होईल. हे सात दिन जो सराव करू इच्छिता, करून घ्या.”

“आज्ञा.”

“ठीक. निरोप!”

मी राजे पिताश्रींना नमन केलं आणि त्यांच्या महालाबाहेर आलो. सेवक, दासी, चित्रा... सगळेच तिथं राजमाता उत्कर्षादेवींच्या साथीनं उभे. मी देवीमाँना नमन केलं आणि माझ्या दालनाकडे जाऊ लागलो.

बैठन काढून बीन घेतली आणि सरावाला प्रारंभ केला. स्वरांवर आरूढ झालो, तलवारींच्या आघाताप्रमाणे खणखणलो, धनुष्याच्या प्रत्यंचेसारखा झंकारलो.

केवळ सराव केला. राजे पिताश्री अस्वस्थ आहेत, हे समजून येत आहे. त्यांचा खयाल की मी मैदानात सराव करेन; परंतु या स्वरांचा फैलाव हेच माझं मैदान.

***

तो मैदानात उभा आहे. त्याच मैदानात अजून तीन दिवसांनंतर त्याचा सामना होणार आहे. कोण जिंकणार याच्याशी त्याला मतलब नाहीये. तो आनंदात आहे की आश्रमात असताना त्याने परीक्षा दिली होती, तसाच अनुभव अजून एकदा येणार आहे. त्याला माहीत आहे की त्याचे राजे पिताश्री त्याच्यावर नाराज आहेत. उसे मालूम हैं की राजमहालातला हर एक जण त्याला हसतो आहे. ‘सराव’ असा करतात? हा सवाल हर एक जण हर एकाला विचारत आहे. लेकिन तो स्थिर आहे. एखाद्या स्वराला कंपन न देता स्थिर केल्याप्रमाणे.

नित्याप्रमाणे तो आजही दरबारात हजर आहे. राजे पिताश्री सिंहासनावर विराजमान आहेत आणि जाळीच्या पडद्याआड देवीमाँही आहेत. दरबार चालू आहे. काही मागण्या, काही शिकायतें...

तो चमकला आहे. अचानक दरबारात राजे पिताश्रींसमोर गुरुजी दिसत आहेत. गुरुजी इथं कसे? तो गुरुजींकडे बघतो आहे. गुरुजी मात्र अगदी सामने, सिधे राजे पिताश्रींकडे नजर देऊन उभे आहेत. अदब, शिरस्ता, नियम सर्व भूलकर तो आसनावरून उठला आहे.

***

"नमन गुरुजी."

"यशस्वी भव क्रांतिवीर."

"आपण? यहाँ?"

"यावं लागलं. राजमहालातून आज्ञा झाली."

"कुमार राजे, दरबाराची शिस्त मोडत आहे."

"राजे पिताश्री."

"दरबारात नाती नसतात..."

"राजे महाराज, क्षमस्व! राजे महाराज, हे आमचे गुरू आणि गुरूंपेक्षा श्रेष्ठ काहीही नाही."

"कुमार राजे ऽऽ!"

"जी."

"स्थानापन्न व्हा."

"आज्ञा."

"गुरुजी, इथं येण्याची आज्ञा का झाली असेल?"

"राजे महाराजांनीच सांगावं."

"दफ्तरदार, नोंद वाचून दाखवा."

"आज्ञा. गुरू उमंग, तुम्हाला या राज्यात गुरुकुल उभारण्याची अनुज्ञा राजे महाराजांनी दिली. राज्यातील युवकांना शस्त्रविद्या, अर्थविद्या, नागरिकत्व कसं पाळावं याचं तत्सम ज्ञान तुम्ही द्यावं म्हणून. परंपरेनुसार राजे महाराज यांचे पुत्र तुमच्या गुरुकुलात अध्ययनासाठी दाखल झाले; परंतु त्यांना काही वेगळंच अध्ययन दिलं गेलं आणि ते देण्यासाठी तुम्ही राजपुत्राला प्रोत्साहन दिलंत. हा गुन्हा आहे. या कारणास्तव गुरुकुलासाठी येणारं तबक बंद केलं गेलं. परंतु एवढीच सजा पुरेशी

नाही. उत्तम योद्धा तयार करणं हे तुमचं मुख्य कार्य. ते घडलं नाही. या संदर्भात काही विश्लेषण द्यायचं आहे? समर्थन करायचं आहे? राजे महाराज तशी एक संधी तुम्हाला देत आहेत. केवळ एकच.''

"बोला गुरू उमंग...''

"मी माझं कर्तव्य चोख बजावलं आहे. राजे महाराजांनी क्रांतिवीरांची परीक्षा घ्यावी.''

"बेहुदगी होत आहे. कुमार राजे यांना नावाचा उल्लेख करून दरबारात आणि इतरत्रही...''

"थांबा, ते आमचे गुरुजी आहेत दफ्तरदार आणि गुरूला शिष्य हा नेहमीच अपत्याप्रमाणे असतो. ही बेहुदगी नाही. ही आत्मीयता आहे. क्षमस्व गुरुजी...''

"दरबारी शिष्टाचार पाळायला हवेत. सवयीमुळे नावाचा उल्लेख झाला. गुरूच जर शिष्टाचार पाळत नसेल तर शिष्य ते कसे शिकणार? राजे महाराज, आपण कुमार राजेंची परीक्षा घ्यावी आणि त्यानंतर मी गुन्हेगार आहे अथवा नाही, हे ठरवावं.''

"गुरुजी, परीक्षा ठरली आहेच. कुमार राजे आणि सरदार परीक्षित यांचा सामना तिसऱ्या दिवशी सायंकाळी मैदानावर होणार आहे. परंतु तरीही एका राजपुत्राला बीनकार बनवणं हा गुन्हाच आहे. आम्ही हे सहन करू शकत नाही. शूर वीर राजा क्रांतिसेनाचा पुत्र आणि बीनकार?''

"ही तर निसर्गाची देन आहे. कुमार राजे कुठंही असते तरी ते बीनकार झालेच असते राजे महाराज. त्यांच्यात बीन, स्वर, संगीत आहे...''

"काफी! गुरुजी जाऊ शकता. भर दरबारात आमच्या इज्जतीला कलंक नको. आता आज्ञा होईल ती सामन्याच्या दिवशी.''

"आज्ञा.''

***

तो दालनातून निघाला आहे. त्याचे दोन सेवक त्याच्या पीछे. पण त्यानं त्यांना हातानंच थांबवलं आहे. तो निघाला आहे. गुरुजींना भेटायला. घोड्याला टाच दिली अन् घोडा भरधाव...! राजमहालाच्या बाहेर असलेल्या विश्रामगृहातच गुरुजी असणार हे तो जाणतो आहे. राजमहालाची तटबंदी ओलांडून... तटरक्षक रोखू बघत आहे पण तो वायुवेगानं... तटबंदीचं महाद्वार उघडलं जातंय... तो आशुफ्ता, तो खजिल...

***

"गुरुजीऽऽ''

"क्रांतिवीर, तू का आलास?"

"नमन गुरुजी."

"आसन घे. बैस. अजूनही तसाच आहेस. उत्तम! मला खात्री होती की तू तसाच राहशील. ही आभूषणं, ते सिंहासन क्रांतिवीराला बदलू शकणार नाही."

"गुरुजी, तुमचा अपमान झाला..."

"नाही. तो अपमान नव्हता. ती एका वडिलांची चिंता होती आपल्या पुत्राबद्दलची. राज्याबद्दलची चिंता होती, एका शूर राजाची. व्यक्त केली गेली. चिंता कुणी कशी व्यक्त करावी, हे त्याच्या स्वभावानुरूप असतं क्रांतिवीर."

"लेकिन, भर दरबारात."

"दरबारालाही समजायला हवं की अध्ययनाचं महत्त्व काय आहे. राजपुत्र बीनकार होतो तर त्याचाही जाब विचारता येतो, हेही..."

"गलती माझी आहे. राजे पिताश्रींनी हे मला विचारायला हवं होतं."

"बाळा, हे विचारणं आणि मग उत्तर देणं, हे सर्व सोडून दे. तू कृतीनं उत्तर दे. गुरू तर विद्या दान करतोच; परंतु शिष्य ते आत्मसात करतो. जर शिष्यानं घेणं नाकारलं, तर देणारा काय करणार? म्हणून शिष्य श्रेष्ठ! तू श्रेष्ठ! कारण बीन शिकलास, शागिर्द झालास बंधूंचा. पण तरीही हेही ज्ञान स्वीकारलंस, जे मी देऊ केलं! शांत हो."

"बडे उस्ताद?"

"ते दिल्ली दरबारी गेले आहेत. मैफल आहे."

"मीही कधी मैफल ..! आणि झनीमाई? श्रेभ्य? भार्गवी?"

"सगळे क्षेम! नवीन शिष्यही आहेत गुरुकुलात..."

"मी येणार आहे...तिथंच...! गुरुजी आज्ञा द्या."

"ये बाळा."

"सेवकऽऽ"

"जी."

"गुरुजींची पूर्णतः सेवा कर."

"जी."

"नमन गुरुजी."

"यशस्वी... यशस्वी!"

***

सामना निहायत अटीतटीचा होता. मैदान माणसांनी फुलून गेलं होतं. राजे पिताश्री अनिमिष नजरेनं त्याला बघत आहेत. देवीमाँ ही नजर न हटवता त्याला

बघत आहे. तो परीक्षितशी झुंजतो आहे. परीक्षित त्याच्याशी झुंज देतो आहे. धनुष्याची प्रत्यंचा टणत्कार उमटवत आहे आणि एखादा स्वर जसा थेट लागतो तसा तीर थेट जातो आहे, भेदतो आहे. जेहेरुन्निसाच्या सुरासारखा. थेट काळजात! त्याला ओढ लागली आहे जेहेरुन्निसाला भेटण्याची. तिची याद...! घोड्यावर मांड घालून सरळ उधळून जावं मिठागंजपर्यंत. अव्याहत... तो घोड्यावर आरूढ, तो बेफाम, घोडा बेफाम रे ऽऽ सां ऽऽ... थेट तान...

टाळ्यांच्या आवाजानं तो भानावर आला आहे. त्यानं लगाम खेचला. मांड ढिली केली. घोड्याची धपापणारी छाती. त्यानं त्याला शाबासकी दिली. मैदानाला शांतपणे त्यानं एक रपेट मारली. राजे पिताश्रींच्या सिंहासनासमोर तो आला आहे. मान तुकवून वंदन करतो आहे. माँ- देवीमाँकडे एक नजर आणि तो पलटून गुरुजींसमोर उभा आहे. पायउतार होऊन तो गुरुजींना वंदन करतो आहे. गुरुजींचे पाणावलेले डोळे मला आत्ताही दिसत आहेत. एकदा गुरुजी म्हणाले होते की, 'मला घाई नाही आहे की, तू कसा होशील पुढे क्रांतिवीर. आत्ता केवळ हेच समजून घे की, मुळात तू कसा आहेस. तू जसा आहेस, ते तुला पूर्णपणे कळावं.''

आणि त्याला हे पूर्णपणे समजलं.

***

आजची दरखास्त होती माझी, माझे गुरू, त्यांच्या बरोबरीने दरबारात मी बसेन. मी तख्तावर, माझ्या आसनावर नाही बसणार. आजचा दरबार माझ्या यशाचा होता. त्यासाठीच सजला होता. मैं जानता हूँ, जर मी पराजित झालो असतो तर... लेकिन असं होणार नव्हतं. गुरुजी सामने होते. हर एक चाल काफी दफा खेळून घेतली होती. गुरुजी म्हणायचे, ''एकदा मनःपूर्वक अध्ययन केलं तर ते आजन्म विस्मृतीत जात नाही. आणि माझं अध्ययन तर माझ्या स्वरांशी, रागांशी जोडलेलं...''

मी खूश होतो. ही खुशी माझ्या गुरुजींसाठी होती. दरबारात ते मानानं बसतील. त्यांची नजर माझ्यामुळे झुकणार नाही. गुरुकुलात तबक जाण्यास सुरुवात होईल.

''जी व्यक्ती मूर्च्छित आहे, तिला कसं समजणार की जगात चेतना आहे, आत्मा आहे. जो सतत कहता है की जागो, देखो। जो भी शिक्षा प्राप्त करते हो, उसमें चेतना होनी चाहिये। मग यश असणारच.'' बडे उस्ताद, सही कहाँ था आपने। काश! आज तुम्ही असता इथं!

''कोण?''

''कुमार राजे, सरदार परीक्षित...''

''होय. सन्मानानं घेऊन ये त्यांना.''

त्याच्या बाहूंत एक आनंद आहे. तृप्तता आहे.

''सरदार. बसा.''

''परीक्षितच म्हणा कुमार राजे.''

''आज्ञा.''

''कुमार...''

''क्रांतिवीर त्याच्या दोस्ताचं स्वागत करतो आहे.''

''दोस्त स्वागताचा स्वीकार करतो आहे.''

''शुक्रिया. परीक्षित, कमाल केलीस. किती काहिरा खेळलास. खरा, सच्चा, 'सरदार' आहेस तू. असे तलवारबाजीचे हात मीही नाही शिकलो.''

''शरमिंदा करतो आहेस. तूही मला भारी होतास.''

''ठीक. आता हे बस झालं. तू माझी तारीफ, मी तुझी... ! लेकिन बढिया था!''

''आता तू तुझा वादा पुरा कर.''

''जरूर. आजचा दरबार संपला की मैफल होगी।''

''खरं?''

''होय.''

''क्रांतिवीर, खरंच खूश आहेस?''

''हां''

''राजे पिताश्री... म्हणजे राजे महाराज आणि राजमाता देवी...''

''परीक्षित, आता आपण मोठे झालो आहोत. उमज आली आहे. आता काही शिकायत नाही. ते हमेशा महाराज आणि महाराणी आहेत. मी हमेशा एक फनकार आहे. आज सामना केला तो त्यांना खुशी व्हावी म्हणून. माझ्या गुरुजींना दोष लागू नये म्हणून. हा माझा शेवटचा सामना होता. आता मला कुणाला साबित करून दाखवायचं नाही. एक बोझ था, जो उतर गया। आता मी माझा, माझ्यासाठी...''

''आणि हे राज्य? ते कोण सांभाळणार?''

''तू सांभाळ. तू खरा योद्धा आहेस. गुरुकुलात न जाताही तू विद्या प्राप्त केलीस.''

''माझे गुरू माझ्या घरातच आहेत. सरदार राणासिंग!''

''सत्य. आणि तसेच ते तुझे वडीलही आहेत. माझे वडील माझे गुरूही झाले नाहीत आणि वडीलही झाले नाहीत. ते केवळ राजे महाराज राहिले ना! खेद नाही. गुरुजी म्हणाले होते की, एवढं राज्य सांभाळायचं तर...! मी नाही राजे महाराज होऊ शकत. तू हो.''

"हा झालो. आणि आज्ञा देतो की क्रांतिवीर, तू जी आज्ञा देशील, त्याप्रमाणेच राज्य चालेल."

***

दोघं हसत आहेत. अगदी निरागस हास्य! इतकं मोकळं, खुलं हसताना मी त्याला कधी बघितलंच नव्हतं. त्याला हसताही येतं? हास्याची ओळख अशी होते? हो, होते आणि जेहेरुन्निसाच्या सान्निध्यातही तो हसायचा. लेकिन इतकं खुलं हास्य नसायचं. थोडा दबलेला असायचा तो तेव्हा. त्याच्या दालनातून हे इतकं हास्य आत्ता पहिल्यांदाच गुंजत होतं. दाराशी असलेले सेवकही नवल करत असणार.

ललकारी दिली जात आहे. हा दरबार फुलांनी सजला आहे. अत्तराच्या सुगंधानं दरवळला आहे. राजमहाल आनंद मनवत आहे. परीक्षितचा यथोचित सत्कार होत आहे. तो हरला नव्हताच आणि मी जिंकलो नव्हतो. मीही हरलो नव्हतो आणि तोही जिंकला नव्हता. गुरुजींचा आदर राखला गेला. शाही मेजवानी झाली आणि मैफलीसाठी सगळे दरबारी आले. मैफल होती? त्याला खबरच नव्हती. मैफल, कुणाची? कोणते कलाकार?

पखवाज़ावरची पहिली थाप आणि पहिला तुकडा ऐकून मी ओळखलं दुरख्श खाँ! मी आतुरतेनं दरबारात गेलो. बैठक सजली होती. कलाकार स्थानापन्न झाले होते. दुरख्श खाँनी तुकडा पूर्ण केला आणि दरबाराकडे बघितलं. "खुशा, खुशा," मी बोलून गेलो. दुरख्शा खाँ साहिबांशी नजरानजर झाली, सलाम झडले आणि तेवढ्यात सूर उमटला. परदानशीन, दुपट्ट्याच्या आडून आलाप – जेहेरुन्निसा! होय, ती जेहेरुन्निसा आहे. आलाप. स्थायी अंतरा ऽऽ!

***

तो ऐकत आहे. राजमहालातली ही पहिली मैफल जी तो ऐकत आहे आणि बघतही आहे. तो आता मोठा झाला आहे याची साक्ष देणारी ती मैफल. दरबार सुरांनी, पखवाज़ाच्या ठेक्यानं भरून गेला आहे. त्यानं डोळे मिटले. त्याला आश्रम दिसू लागला. ओहोळ अगदी कानांजवळून वाहू लागला. पक्ष्यांची बोली ऐकू येऊ लागली. वृक्षाच्या पानांची सळसळ त्याच्या हृदयाचा ठेका वाढवू लागली. स्वरांशी, सुरांशी झालेली ती पहचान त्याला बेभान करू लागली. जेहेरुन्निसा प्राणांतून गात होती. खुशा, वाहवा मिळवत होती. सम गाठत होती. त्याची बोटं थरथरत आहेत. आता त्याला कसलंही भान नाही आहे. दरबार, निमंत्रित, राजे महाराज, महाराणी राजमाता उत्कर्षादेवी – नाही भानच नाही. तो आवेगानं उठला आणि आपल्या

दालनात गेला. बैठन निघाली. तारा जुळल्या. नख्या घातल्या गेल्या आणि तो मैफलीत बीन घेऊन जातो आहे.

त्याला बीन घेऊन येताना बघून राजे महाराज विस्फारले. त्यांनी कृद्ध कटाक्ष त्यांच्याकडे टाकला; पण आत्ता त्याला ते दोन डोळे, त्यातला अंगार, काही काही दिसलं नाही. तो बैठकीकडे जातो आहे. त्याला बघून जेहेरुन्निसानं हलकंसं स्मित केलं आहे. ती सरकून घेत त्याला आसन देत आहे.

आणि त्यानं तार छेडली. ती त्याच्या कानाला लावलेल्या ब्रह्मांडात घुमली. अशी धनुष्याची प्रत्यंचा घुमली होती. आणि मग ब्रह्मांड भरून गेलं. ओसंडून वाहू लागलं. जैसे सुरों की बाड आयी हो और हर एक जन उसमें बहता जा रहा हो. वाहत गेले सगळेच. बीनच्या झंकारात, जेहेरुन्निसाच्या सुरांत आणि पखवाज़ाच्या थिरकतीत! अहर्निश! अव्याहत! हा अजूबा होता. पुन्हा एक बार जुगलबंदी. ना सराव, ना ठराव. यूँही!

सगळे मंत्रमुग्ध, वाहून जाणारे आणि दोनच डोळे अंगार ओकणारे...

तेरा

तो वेडापिसा झाला आहे. तो शोध घेतो आहे जेहेरुन्निसाचा, दुरख्श खाँ साहिबांचा. विश्रामगृह रिकामं आहे. गुरुजींचा शोध घेतो आहे. रातोरात सगळे गेले कुठे आणि क्यूँ? कोणी त्यांना जायला भाग पाडलं? या प्रश्नाचं उत्तर त्याच्याकडेच होतं. फिर भी तो सवाल करत होता. राजमहालातल्या हर एक सेवकाला, दासीला आणि आखिर तो महालात गेला आहे. आज्ञा न घेताच.

"वंदन राजे पिताश्री."

"आज्ञा दिली नाही आहे आम्ही."

"वडिलांना भेटायला आलो आहोत. एक पुत्र अस्वस्थ आहे. सर्वस्व गमावून बसला आहे."

"सर्वस्व? एका राजपुत्राचं सर्वस्व काय असतं?"

"एका फनकाराचं सर्वस्व असतं त्याचे गुरू. एका रसिकाचं सर्वस्व असतं उत्तम फनकार. एका कलाकाराचं सर्वस्व असतं साथीदार. कुठे आहेत ते?"

"दरबारात इभ्रत घालवलीत याची सजा तुम्हालाही होणार आहे."

"सजा दिली गेली. याहून अलग सजा काय असणार?"

"सजा एकच. जे तुम्ही हरवलं आहे, ते आता हमेशासाठी."

"इतकी मोठी सजा?"

"निरोप घ्या."

"आज्ञा."

"देवीमाँ. तुम्ही आमची सजा ऐकलीत? गुन्हा होता तो?"

"कुमार राजे, का इतक्या यातना देत आहात? आम्हाला फार कष्ट होत आहेत."

"म्हणजे आपणही नाही समजू शकत आहात आम्हाला. एका आईला, मातेला

तिच्याच पुत्राचे कष्ट, दुःख, वेदना समजू शकत नाहीत?''

"आजपर्यंत या राजमहालात राजाचं, निमंत्रितांचं मनोरंजन करण्यास मैफली घडल्या. लेकिन प्रथमच एक राजकुमार मैफलीचा हिस्सा झाला. तुमच्या सामन्यातल्या यशानं या मातेचा ऊर भरून आला होता. तुम्हाला हृदयाशी धरावं, ही आस लागून राहिली होती. आजचा दरबार संपण्याचा आम्ही इंतजार करत होतो. जरा आमच्या वेदनाही समजून घ्या. बिदागीवर कलेची जोपासना आणि बिदागीवरच जीवन जगणाऱ्या फनकारांच्या, कलाकारांच्या पातळीवर एका शूर राजाचा पुत्र जाऊन बसता- तेही भर दरबारात! इतिहासात याची नोंद होईल ती शरमेची बाब म्हणूनच. कुमार राजे, आमचे पसरलेले हात तुम्ही छाटून टाकलेत. ते पसरले होते तुम्हाला कवेत घेण्यासाठी. इतके साल तुम्हाला लोहाप्रमाणे बनवायचं म्हणून सर्व ममता आम्ही कोंडून टाकली. मातेच्या ममत्वामुळे ध्येयापासून विचलित झालेल्या पुत्रांची अनेक उदाहरणं आहेत. आम्हास तसं नको होतं. याचना केली ईश्वराकडे तेव्हा ही पुत्रप्राप्ती झाली. राज्याला वारस मिळाला. आनंदी झाला राजमहाल. लेकिन आता? इतक्या सालांची ममता तुमच्यावर बरसून टाकायची होती. लेकिन आता? कुमार राजे, निरोप घ्या.''

"आज्ञा."

तो पूर्णतः खचला आहे. त्याला आता काहीही नको आहे; कुणीही नको आहे. जेहेरुन्निसा, कहाँ गयी हो? गुरुजी, कुठं आहात? आणि दुरख्श खाँ? "बडे उस्तादऽऽ!" म्हणून त्यानं साद घातली. हां, हां, रोना ऐसे भी होता है। त्याच्या दालनात तो कोसळतो आहे. काही नाही उरलं. सब खत्म। त्याला गुरुजींचे शब्द ऐकू येत आहेत. 'कलानुरुपं वृत्तम्' आपल्या कुळाला शोभेल असं वर्तन ठेवावं. सही, लेकिन त्यानं असं केलं नाही. त्यानं त्याच्या कुळाला शरम आणली. गुरुजींनी असंही सांगितलं होतं की, 'मातृतडितो वस्तो मातरमेवानुरोदिति' आईनं मुलास मारलं तरी ते मूल आईजवळच रडत असतं. त्यालाही जावंसं वाटतंय आईजवळ. तो दालनातून बाहेर पडला. आईच्या महालाच्या दाराशी जातो आहे. लेकिन दाराशी दासी आहेत. त्यांना बघितल्यावर तो हसतोय. अगदी मोठ्यांदी. त्याला समजतंय की दाराच्या पलीकडे राजमाता उत्कर्षदेवी आहेत- आई नाही.

त्याचं अडखळत चालणं मला आत्ताही अडखळायला लावतंय. पण मी आत्ता शांत आहे. अडखळलो तरी पडणार नाही. आता थंड हवा वाहू लागली आहे. चित्रा हातात शाल धरून उभी आहे. लेकिन मला ती नको आहे. दालनातला दिवा आता बुझ रहा है। ज्योत क्षीण झाली आहे. अगदी त्याच्यासारखीच.

"कुमार राजे, अंधार होतो आहे. कंदील लावू?"

"नको. आता अंधेराही है मन में, तो या कंदिलामुळे खत्म होणार नाही."

"सरदार परीक्षित आपल्या आज्ञेचा इंतजार करत आहेत."

"आज्ञा!"

"असा अंधारात का आहेस क्रांतिवीर?"

"तुला सच में ऐसे लगता है की दिवा लावल्यानं अंधार नाहीसा होतो?"

"मी दिवा लावतो."

"दालन प्रकाशलं परीक्षित, लेकिन अंधार गेला नाही."

"मी समजू शकतो."

'मैफल अच्छी लगी?"

"शब्द नाहीत माझ्याकडे वर्णन करण्यासाठी. तारिफ करायची तर शब्द हवेत ना?"

"माझी आखरी मैफल. आता ही बैठन कधी निघणार नाही. या बीनचा मोर वापस पिसारा फुलवणार नाही. त्याचा पिसाराच छाटला गेला."

"असं म्हणू नकोस. दुनिया एका उच्च दर्जाच्या फनकाराला हरवून बसेल. हे बघ, ध्यान देऊन ऐक. मी त्यांना शोधण्यासाठी हुजरे पाठवले आहेत."

"सच?"

"होय, लेकिन हे कुणाला समजता कामा नये."

"नहीं, कभी नहीं! केव्हा पाठवलेस?"

"आत्ता, दोन प्रहरी. खबर मिळेल. हुजरे चाणाक्ष आहेत. इमानदार आहेत."

"राजमहालातून..."

"नाही. माझे खासगी हुजरे आहेत."

मी परीक्षितला मिठी मारली. माझ्या स्पर्शात त्याला माझी ओढ, माझी आस समजली. जेहेरुन्निसा, गुरुजी, दुरख्शा खाँ माझ्यासाठी किती मौल्यवान आहेत हे समजलं."

मी शांत झालो. आता राह बघायची, खबर काय येते याची. आणि मग? मग हा राजमहाल सोडून द्यायचा. त्यांच्याकडे जायचं. मुक्त जीवन जगायचं. स्वर-सूर तालासंगत.

खूपदा मोह झाला; पण बीनला स्पर्श नाही केला. बैठन तशीच होती. आता ही बैठन निघेल ती गुरुजींसमोर. जेहेरच्या साथीने.

***

वेडा होता तो. आशा माणसाला जगू देते. तोही जगत होता. हर एक दिन नवी

आसं घेऊन उजळत होता आणि मलिन होऊन कोमेजत होता. अब तो उसने दरबार में हाजिरी लगाना भी छोड दिया था। राजे पिताश्री कोणी मांत्रिक बोलावत आणि त्यांच्या सामने त्याला पेश करत. कभी वैद्य, कभी तांत्रिक, कभी कोई ज्योतिषी; पण तो बिमार नव्हताच, तर मग अच्छा कसा होणार? ती बीन त्याच्या दालनात होती, पण तरीही ती संपूर्ण राजमहालाला अडथळा बनत होती हे त्याला समजतंय. जर कुणाला शक्य असतं, तर त्यानं ती बीन रस्त्यावर फेकून दिली असती आणि हे कुणी याने राजे महाराज और राजमाता उत्कर्षादेवी यांनी. तो या खयालात आहे. तो हसतो आहे.

त्याला बडे उस्ताद याद येत आहेत. त्यांनी एक कहानी सांगितली होती ती त्याला याद येते आहे. ती मलाही आत्ता याद येते आहे.

“जन्म मिळतो, लेकिन जीवन निर्मित करना होता है शागिर्द. इसलिये मनुष्याला शिक्षाची जरुरत असते.

“एक घर था। अनेक दिवस तिथं एक बीन थी। घरातले त्या बीनचा उपयोग भूल गये थे। कभी कोई उस घर का बीन बजाता था। लेकिन आता ती बीन म्हणजे अडचण होती. कोई बच्चा छलांग लगाकर ती बीन पाडत असे, तो आधी रात ती झंकारत असे. नींद खराब होत असे. घरातला कोना उस बीन की वजह से घीरा हुआ था। कचरा साठवत होता. एक दिन उस बीन को उठाकर घर के सामनेवाले कुडे में फेका गया।”

“बीन फेकून दिली?”

“हां शागिर्द. तिथून एक भिकारी जात होता. त्यानं बीन देखी। उठा ली आणि तो तिथंच ती वाजवू लागला. रस्त्यावरून जाणारी माणसं थांबली. त्या घरातली माणसं बाहेर आली. भीड हो गयी। भिकारी मंत्रमुग्ध... बजाही रहा था। कुछ देर बाद वह रुक गया। घरातली माणसं आली आणि म्हणाली, ‘बीन परत दे. वह हमारी है।’ भिकारी म्हणाला, ‘कचऱ्यात फेकली होती ती.’ ‘आमची आहे, दे.’ भिकारी म्हणाला, ‘बीन घर की शांती भंग ही करू शकते, यदि बजाना आता न हो। बीन घराची शांती गहरी भी कर सकती है, यदि बजाना आता हो तो। सब कुछ बजाने पर निर्भर है।’ तो शागिर्द, कहानी है ये, लेकिन बहोत कुछ शिक्षा देती है।”

“जी बडे उस्ताद!”

“आप बजानेवालों में से हो, यह बात भूलना नहीं।”

“नहीं भूलूँगा।”

आणि तो ते विसरला आहे. त्यानं बीन वाजवायला हवी आहे, लेकिन...

***

लेकिन मी राह बघतो आहे. मी बडे उस्तादांचे शब्द, ती कहानी विसरलो नाही आहे. मला बीन वाजवता येते. गुरुजींनी अध्ययनात सांगितलं होतं, 'यो यस्मिन कर्मणि कुशलस्तं तस्मिन्नेव योजयेत। जो ज्या कलेत निपुण असेल, त्या कामावरच त्याची योजना करावी.' माझी योजना बीनसाठीच झाली आहे. परीक्षितची योजना योद्धा म्हणून झाली आहे. दरबारात त्याच्याशी सल्ला मशवरा केला जातो. सरदार राणासिंगही त्याचा सल्ला घेतात, असं तोच सांगत होता. सरदार राणासिंग आता थक गये है। नजर अधू झाली आहे. कभी वे मुझे भी नहीं पहचानते। लेकिन त्यांना बीन आवडली. कितनी बार 'मुकरर' असं म्हणत होते. हां, तेही नजर नाही आले. परीक्षित को पूछना चाहिये। मी इतका माझ्याच गममध्ये राहिलो, की ते नजर नाही आले हेही विचारलं नाही परीक्षितला.

***

तो राजमहालातच बंदिवान आहे हे त्याला समजलंय. त्याला जायचं होतं, सरदार राणासिंगना भेटायचं होतं, लेकिन दरवानला आज्ञा नव्हती. राजमहालाची तटबंदी अभेद्य राहिली. परीक्षितही मुलाकतीसाठी आला नाही आहे, हे त्याच्या ध्यानात आलं. राजमहालात इतने सारे लोग, तरीही तो अकेला. त्यानं स्वतःला आईन्यात बघितलं. हा आईना तरी काही सांगेल की ऐसा क्यूँ हो रहा है? तो सवाल करतो आहे.

"कहो।"

आईना खामोश.

"गलती बताओ।"

आईना खामोश.

"राह दिखाना..."

"एक ही राह है। बीन घे. बैठन काढ. तुझ्या सरस्वतीवर तू राग धरला आहेस..."

"मी नाही राग धरलेला."

"पाठ फिरवली आहेस."

"नहीं. वाट बघतोय माझ्या माणसांची."

"ती अशी मिळतील? जे तुझं आहे ते त्यागून, त्याग न केलेल्या गोष्टी मिळतील? याद कर. बडे उस्तादांनी काय सांगितलं होतं? बीन तुझ्यासाठी नाही. तू बीनसाठी आहेस."

"मतलब?"

"ती कहानी याद कर. एक आदमी एका गायीला बांधून चालत होता. एक

सूफी फकीर त्याच्या शिष्यांसह तिथून जात होता, ज्यानं त्या आदमीला बघितलं, गायीला बांधलेलं बघितलं. फकिरानं शिष्यांना विचारलं, 'माणूस गायीला नेतो आहे की गाय माणसाला नेत आहे?' शिष्य म्हणाले, 'माणूस गायीला नेतो आहे.' फकीर म्हणाला, 'समजा ही रस्सी तुटली आणि गाय पळू लागली तर?' 'तर माणूस तिच्यामागे धावेल.' फकीर म्हणाला, 'सही. गाय माणसाच्या मागे धावणार नाही. ती त्या माणसाशिवाय जगू शकते. माणूस गायीच्या मागे धावेल. तर मग बांधील कौन है? गाय या आदमी?' "

"याद है, लेकिन आत्ता काय मतलब याचा?"

"बीन तुझ्याशिवाय जगू शकते. तू बीनशिवाय जगू शकशील?"

"नाही."

"तो तू अंधा हुआ आदमी आहेस. बीनला असर होत नाही – तू तिची तार छेड अथवा नको छेडूस; लेकिन असर तुझ्यावर होतो आहे."

"जी."

"तो उठा लेना बीन. तुझे बीनचे स्वर आसमानात गुंजू देत. त्या आर्त स्वरांमुळे, ते आसमानातून पोहोचतील तुझ्या माणसांपर्यंत और फिर ते तुझ्याशिवाय राहू शकणार नाहीत. लौट आयेंगे। झंकारू दे बीन. या राजमहालाच्या पत्थरांना भेदून बाहेर जाऊ देत, तीर की तरह...! तू छेदून टाक सब कुछ!"

***

आईना मला सांगत होता. वो सच कह रहा था। मी आईन्यापासून दूर झालो. जसा दूर झालो, आईना कोरा झाला. हे फार छान असतं आईन्याचं. तो खुदपर काहीच उमटवून घेत नाही. माझी छायाही उरत नाही त्याच्यावर. जे त्याला द्याल ते तो वापस करतो. खुद के पास कुछ भी नहीं बचा के रखता। हे तर बडे उस्तादांसारखं झालं. जो भी उनके पास था, सब दे दिया। एका गुरूनं त्यांच्या शागिर्दला त्यांच्याच तोडीचं केलं. आईना सच कह रहा था। इतकं सर्व धन माझ्यापाशी आणि तरीही मी स्वतःला भिकारी का समजतो? मी तर राजे पिताश्रीपेक्षाही धनवान आहे.

तो स्थिर झाला आहे. शांतपणे तो बीनपाशी जात आहे. सच! तो बीनला जोडला गेला आहे. बीन नहीं बुलाएगी। रास्तेपर रखो, तो जो वाजवणं जाणतो, तो घेऊन जाईल आणि ती मिळवण्यासाठी तो तिच्यापाठी धावेल. त्यानं बैठन काढली. बीन, एक पाय मुडपून दुसरा पाय त्यावर ठेवून त्यानं बैठक घातली. तर्जनी आणि मध्यमात नख्या सरकवल्या. तो आता तार जोडतो आहे. अगदी हळुवार, प्रेमानं,

बीनला गोंजारत. ब्रह्मांडातून स्वर कानावर अलगद उतरला.

***

"कुमार राजे."

"____"

"कुमार राजे."

स्वर थांबले. मी मान वर करून बघितलं.

"कौन?"

"परीक्षित."

"आईये."

"छान वाटतं आहे तुम्हाला बीन वाजवताना बघून."

"हा राग ऐक...   नि सा ग म, प नि सां

सां नि ध प, म प ग म, रे सा

ये आरोह-अवरोह है. आता ऐक..."

"लाजवाब!"

"कहो, कैसे आना हुआ?"

"माझे हुजरे आले आहेत."

"सच? क्या खबर? कुठे आहेत गुरुजी, जेहेर, खाँ साहिब?"

"पता नहीं चला."

"_____"

"क्रांतिवीर..."

"जानता था। अशीच खबर मिळणार. शुक्रिया परीक्षित. खूप मेहनत घेतलीस माझ्यासाठी."

"शुक्रिया? हं! जर खबर चांगली मिळाली असती तर शुक्रिया घेतलाही असता कदाचित."

"निरोप घे तू आता. एकांत हवा आहे."

"आज्ञा."

"जीवित गुरू चाहिये." बडे उस्तादांनी एकदा सांगितलं होतं, "ज्या दिवशी जिवंत गुरू मरतो, त्याच क्षणी सर्व काही मृत होतं. जिवंत गुरू म्हणजे जिवंत प्रवाह. बीन मृतवत आहे. तिच्या तारा छेडणाऱ्या हातांमुळे ती जिवंत होते. तुम उसे जीवित रखो हमेशा।" मला हे आठवतंय आणि आत्ता माझ्या हातातली बीन मृतवत

झाली आहे. आत्ता हातात धनुष्य जरी असतं, तरी तो तीर मृतवत झाला असता. माझे गुरू हरवले आहेत. खो गये है, तो कहाँ ढूँढे? ते हरवले असते, तर शोधता आलं असतं. लेकिन त्यांना हरवलं गेलं आहे. मैं जानता हूँ! ते खुद लापता नाही झालेले. मी बीनला नमन केलं.

तिला बैठन चढवली. सेवकाला आज्ञा दिली. राजे पिताश्रींना भेटायची इच्छा आहे...

''नमन राजे पिताश्री.''

''आज खुद्द कुमार राजे भेटीस आले आहेत?''

''काही सवाल आहेत.''

''विचारा.''

''गुरुजी कुठे आहेत? जेहेरुन्निसा आणि खाँ साहेब?''

''राजमहालातून निघून गेलेल्या अतिथींचा मागोवा आम्ही कसा घेणार? अतिथी हे जाण्यासाठीच येतात.''

''ते गेले की त्यांना जाण्यास भाग पाडलं गेलं?''

''कुमार राजे, 'अतिथी देवो भव' हे आम्ही विसरलो नाही आहोत.''

''ते आम्हाला न भेटता जाणार नाहीत.''

''मर्यादा.''

''आम्ही मर्यादा ओलांडली नाही. सिर्फ जाणू इच्छितो...''

''त्याची जरुरी नाही.''

''गुरू नसेल, तर शिष्य काय करू शकणार?''

''गुरूनं दिलेल्या ज्ञानाचा वापर करा.''

''म्हणजे?''

''दरबारात उद्यापासून हजर राहण्याची आज्ञा होत आहे तुम्हाला.''

''दरबार?''

''उद्या सकाळी! आज्ञा घ्या!''

''जी.''

''वंदन देवीमाँ.''

''कुमार राजे, या.''

''सवाल आहे. जवाब मिळेल?''

''सवाल योग्य असेल तर जवाब का नाही मिळणार?''

''गुरुजी, जेहेरुन्निसा, खाँ साहेब बिना बताये कसे गेले? कुठे गेले?''

"कुमार राजे, का असं वागता? का वेदना देता? तुम्ही सामना खेळलात. आम्हाला आनंद झाला. रयतेनं तुम्हाला खुशीनं मुजरा केला. तुम्ही सर्वांची मनं जिंकलीत. राजे महाराज तर अभिमानानं सर्व सामना बघत होते. लेकिन नंतर काय झालं? एका गदाई गायिकेच्या संगतीला तुम्ही बसलात?"

"देवीमाँ, जेहेरुन्निसा गदाई नाही. ती तुच्छ नाही. ती महान गायिका आहे. तिचं गाणं ऐकलंत ना? रहमत खाँ साहेबांची मुलगी आहे ती."

"आम्हाला त्यातलं काही समजत नाही. ती असेल महान गायिका, लेकिन ती राजे महाराजांच्या सेवेसाठी आली होती. बिदागीसाठी आली होती."

"नहीं देवीमाँ, तिची कला बिकाऊ नाही."

"फिर भी, तुम्ही तिची साथ द्यावी? राजे महाराजांना, आम्हाला शरमिंदगी..."

"कला, कला असते. त्यात शरम वाटण्यासारखं काहीही नाही."

"तुम्हाला समजून घ्यायचंच नाही आहे. तुम्ही तुमच्या मनानं वागा. राजे महाराज त्यांच्या इभ्रतीनं वागतील. आम्ही काय करावं?"

"म्हणजे?"

"राजमहालात राहता. लेकिन या महालात काय घडतंय, याची खबर आहे? असणार तरी कशी? तुम्ही तुमचं दालन बंद करून ठेवलं आहेत."

"आणि आमच्यासाठी राजमहालाचं दार उघडं नाही. आम्ही कुठंच जाऊ शकत नाही. आमच्यासाठी बंदिस्त आसमान..."

"का झालं असं? विचार करा कुमार राजे. आता तुम्ही लहान नाही."

"लहान असताना लहान राहू दिलं नाही."

"कुमार राजे..."

"बेअदबी होत आहे का? मर्यादा पाळत नाही आहोत? लेकिन आम्ही बोलू तरी कुणापाशी? आपण माझी आई आणि आईला मुलाच्या वेदना जाणवतात ना?"

"आई आहोत, पण राजमाताही आहोत."

"यहीं बात है, जो मुझे मेरे माँ के पास आने नहीं देती."

"असं असेल तर आत्ता आम्ही केवळ माँ आहोत. सांगा कुमार राजे, बोला."

"आम्हाला माया हवी होती- जी आम्हाला दाईकडून मिळाली, माँकडून नाही. आमचं मन जाणून घेणारी, आमच्या कलासक्त मनाला सांभाळणारी माँ हवी होती. राजपुत्रानं कणखर व्हायला हवं. राज्य जतन करायचं तर हळवं मन कामाचं नाही. लेकिन ते तसं मन तयार करायचं तर खुद्द आईनंही शुष्क वागायचं? प्रेम मिळालं तर मन कणखर बनत नाही, असं असतं? लहान मुलाला हे समजतं? थोडी कळती उमर झाली तर आम्ही गुरुकुलात पाठवले गेलो. तिथे आम्हांला प्रेम, माया समजली. झनीमाईनं बहुत प्यार दिया. भार्गवीनं सहारा दिला. गुरुजींनी वडिलांचं प्रेम

दिलं और बडे उस्ताद गुरू, दोस्त सब कुछ! सरदारपुत्रांना खलिते यायचे. ते आपल्या घरी खलिते पाठवायचे. आम्हाला कधीही खलिता आला नाही. आमच्या वेदनांना स्वरांनी साथ दिली. पशू , पक्षी, वृक्षांनी, ओहोळानं साथ दिली. हम खो गये उनमें। तिथं खुलं आसमान मिळालं. आम्ही दोन्ही गोष्टींचं अध्ययन केलं. हम अलग हो गये। सोचकर नहीं, बिना सोचे हो गये। और फिर जेहेरुन्निसा मिली। तिचा सूर, आमचा स्वर मिलाफ झाला. दो फनकारों का मिलाफ! आम्हाला नाही समजत दुसरी भाषा. संगीताची भाषा समजते. आम्हीच संगीत होऊन जातो. एका फनकाराचं मन घेऊन जन्मलो आम्ही. हा आमचा गुन्हा?''

''क्रांतिवीरऽ''

''अच्छा लगा! आपण मला माझ्या नावानं बोलावलंत. मग आता मी 'आम्ही' राहिलो नाही. मी 'मी'च झालो, खरा मी. जसा आहे तसा, आई तुझ्यासमोर आहे.''

''बाळा, चुकलो रे आम्ही! पण आम्ही तरी काय करणार? कळतही नव्हतं तेव्हा लग्न झालं. इथं आलो आणि राजमातांच्या हाताखाली वाढलो. त्यांनी दिलेल्या संस्कारांतच उत्कर्षा हरवली आणि उत्कर्षादेवीचा जन्म झाला. खूप प्रतीक्षेनंतर तुमचा जन्म झाला आणि राजमातांच्या आज्ञेनुसार, त्यांनी जे मनावर ठसवलं होतं, त्यांच्या गुजर जाण्यानंही ते छाप पुसट झाले नाहीत. उलट वाढले. त्या नव्हत्या तरी त्यांच्या आज्ञा होत्या. त्याच आज्ञेनुसार तुमची वाढ होऊ दिली आणि आता जाणवतं की, आम्ही आमची माया किती दाबून टाकली होती. आता ती तुमच्यावर उधळायची होती. तुम्ही सामना खेळलात, तेव्हाच तुम्हाला मिठीत घ्यावं असं वाटत होतं. लेकिन, राहिलंच! और फिर तुमचं मैफलीत येणं आणि बीन वाजवणं, तुमची आणि तिची होणारी नजरानजर... माया आटली. डर वाटू लागला, राजे महाराज काय करतील? तुम्हाला सजा देतील आणि ती... तुमचे गुरू आणि...''

''काय केलं? कुठं आहेत ते? कुठं शोधू?''

''नाही. सच, आम्हाला कल्पना नाही. राजे महाराज तसं काही सांगत नाहीत आणि त्या दिवसापासून राजे महाराजांचं आम्हाला दर्शनही झालेलं नाही.''

''सच?''

''होय. आम्ही दरबारी पडद्याआड असतो हर रोज, लेकिन ते आमच्या महालात येत नाहीत. आम्हाला त्यांच्या महालात जाण्याची आज्ञा नाही.''

''लेकिन क्यूँ?''

''आम्ही एका शूर, करारी मुलाला जन्म दिला नाही म्हणून. वारस म्हणून अभिमान धरावा असा पुत्र आम्ही देऊ शकलो नाही म्हणून. राजघराण्याला लायक

राजपुत्र आमच्या पोटी आला नाही म्हणून... राजे महाराजांनी आमचा त्याग केला आहे.''

''आई ऽऽ!''

''होय, क्रांतिवीर.''

''आम्ही काय करू? काय करू मी?''

''पुरुषार्थ दाखवा कुमार राजे. पुरुषार्थ दाखवा... अन्यथा ही राजमाता उत्कर्षादेवी सौभाग्यवती असूनही सौभाग्याशिवाय जळत राहील. अगदी मरेस्तोवर!''

***

तो नमन करतो आहे राजमाता उत्कर्षादेवीला. तो तरुण राजबिंडा क्रांतिवीर तिच्या महालातून बाहेर पडतो आहे. थकलेला. पुनश्च एकटा. तो दालनात न जाता कारंजापाशी... मीही जाऊ का त्याच्याजवळ? त्याला मिठीत घ्यायला? त्याच्याशी बोलायला? तो आत्ता फार एकटा आहे हे मला दिसतंय; पण नकोच. त्यानं त्याचं उभं राहावं. त्याला अचानक भार्गवी आठवत आहे. तो असाच एकटा जेव्हा ओहोळापाशी असायचा, ती जायची त्याच्याजवळ. न बोलताच खूप काही बोलायची. साथ द्यायची. म्हणायची, ''तुझ्या डोळ्यांतले हे भाव कधी हरवू नकोस क्रांतिवीर, त्यांना जप!''

त्यानं नकळत त्याच्या डोळ्यांना स्पर्श केला. ते ओलसर होते.

***

चौदा

तो परेशान आहे. देवीमाँ जे बोलल्या त्यानं तो परेशान आहे. गेले कित्येक दिवस तो देवीमाँच्या बोलण्याचा मतलब शोधतो आहे. त्याच्यामुळे राजे पिताश्रींनी देवीमाँचा त्याग केला आहे, हे त्याला मालूम नव्हतं. तो त्याच्याच दुनियेत, त्याच्याच वेदनेत. सिर्फ अपने लिये जगतो आहे, और ये गलत है, हे त्याला जाणवतंय. त्याला आता देवीमाँ साठी काही करायचं आहे. त्यानं आत्तापर्यंत बहुत बार तो दालनातला कोपरा बघितला आहे. बीन आहे तिथं. बैठनपर धूल जमली आहे. लेकिन तो बीनला स्पर्शही करत नाहीये. त्याची घुसमट होत आहे. तो बिमार वाटतो आहे. बीन हीच त्याची दवा आहे. लेकिन अब दवा की जरुरत वाटत नाहीये. अब या राजमहालाबाहेरही जाण्याची जरुरत वाटत नाही. तो आता इमाने-इतबारे दरबारात जातो. दरबारातल्या कामकाजात खुद को ढाल रहा है। जाणतो की, ही दुनिया त्याला रास येत नाही. लेकिन आता जगण्याचा मकसद एकच, देवीमाँला तिची खुषी मिळवून द्यायची. तो हर दिन सराव करतोय. तलवार, तीर-कमान... सब कुछ!

तो दरबारात जाऊ लागतो तर ललकारी होते...

"होशिया ऽऽर, कुमार राजे पधार रहें है।"

राजे पिताश्रींचं सिंहासन अजून खाली आहे. देवीमाँ परदानशीन असणारच हे मला तिथं न बघताही समजत आहे. देवीमाँना आश्चर्यही वाटत असणार की आज हा क्रांतिवीर खुद आ गया है दरबार में. पुन्हा ललकारी झाली. सगळा दरबार राजे महाराजांच्या स्वागतासाठी दक्ष झाला आणि राजे महाराज, राजे पिताश्री दरबारात आले. त्यांनी एक नजर मला बघितलं आणि ते सिंहासनाधिष्ठ झाले.

दरबार सुरू झाला.

सरदार, मंत्री, दफ्तरदार, खजानची, परीक्षित...

हर एक मुद्दा और चर्चा.

मी बघत होतो. मैं सुन रहा था। मैं ये भी देख रहा था की काही माह पूर्वी इथंच मैफल जमली होती. राग, आलाप, बंदिश आणि मुकररचा घोष चालू होता. तिथं – त्या तिथं जेहेरुन्निसा होती आणि दुरख्श खाँ साहिब तोडा सुना रहे थे आणि जेहेर लहरा गा रही थी, माझी बीन दोघांशी जुगलबंदी करत होती. माझे हात...

"त्याचे हात कलम करा..."

हात कलम करा? मी होशमध्ये आलो. सामने एक आदमी, अगदी दीन-गरीब काय केलं यानं?

"माफी महाराज. माफी ऽऽ!"

"चोरीला माफी नाही."

"महाराज, भुकेला आहे. माझं पूर्ण घर भुकेलं आहे. श्रम करतो, चार पैसे मिळतात; पण पुरत नाही महाराज. अंगावर कपडा नाही पोरांच्या. पोटात अन्न नाही. मी राहीन उपाशी; पण मुलांची भूक सहन होत नाही. थोडं धान्य मागितलं. नाही मिळालं, म्हणून चोरी केली. पोरांच्या पोटासाठी महाराज. माफी महाराज. पुन्हा नाही चोरी करणार महाराज. हात गेले तर श्रम कसे करणार?"

"एकास माफी दिली, तर राज्यात असे अनेक चोर निर्माण होतील. दहशत राहणार नाही. राजा क्रांतिसेनेच्या राज्यात चोरीला माफी नाही. हात कलम करा."

"नहीं. हात कलम नाही करायचे."

"कुमार राजे...!"

"क्षमा राजे महाराज. लेकिन त्याची मजबुरी समजून घ्यायला हवी. नाव काय तुझं?"

"शिवा"

"शिवा, तुला जर एक संधी दिली तर?"

"मेहेरबानी कुमार राजे..."

"ठीक. आजपासून तू आमचा सेवक..."

"कुमार राजे... कुर्निसात राजे, कुर्निसात!"

"ठीक. आता तू जाऊ शकतोस आणि तीन प्रहरी सेवेत रुजू हो."

"आज्ञा महाराज, आज्ञा कुमार राजे."

***

राजे पिताश्रींचा कोप जाणवतो आहे. ते माझ्याचकडे बघत आहेत. त्या डोळ्यांमध्ये मला परिचित अशा दोन ठिणग्या आत्ताही आहेत. लेकिन मला आत्ता डर नाही. मैंने सही किया! एका गरिबाचे हात त्याच्याच हातात दिले. मी हसलो. मी मनाशीच हसलो. दरबार बरखास्त झाला तरीही मला हसू येत होतं.

मला मालूम आहे की परदानशीनही हसत आहे. आज देवीमाँला गर्व वाटत आहे. तिला खचित आनंद होत आहे.

''क्रांतिवीर,'' असं म्हणून परीक्षितनं त्याला मिठी मारली.

***

''खरा राजा आहेस.''

''माणूस आहे. मी विचार करत होतो, जर माझे हे दोन हात कुणी कलम केले तर? तर मी बीन कशी वाजवणार? माझ्यासाठी जशी बीन, तसंच त्याच्यासाठीही कुछ तो असेल! मग ते तो कसं करेल? हर एक माणूस स्वतःवरून दुसऱ्याची कल्पना करतो. ऐसा ही होता होगा.''

''कल्पना करणारे सगळेच असतात. लेकिन कल्पनेनुसार इतरांसाठी, त्यांच्या नजरेनं बघणारे किती जण असतात? क्रांतिवीर, तू तसा आहेस.''

''असेन तसा तर मग ती गुरुजींची मेहेरबानी.''

''कशी?''

''उन्होंने एक कहानी सुनाई थी। सुनोगे?''

''जरुर!''

''एक हत्यारा होता. त्याचा रस लोगों की हत्या करना. बुद्धांनी त्या हत्याराला दीक्षा दिली. कुणा शिष्याला हे पसंत नव्हतं क्यूँ की तो खतरनाक होता. लेकिन बुद्धांनी शिष्यांना सांगितलं की तो हत्यारा ब्राह्मण आहे. हत्यारा झाला असला तरी त्याचा स्पर्श ब्रह्मत्वाला झालेला नाही. तो सदा से शुद्ध है। आणि ब्राह्मणाचा मतलब काय? ज्याच्या आत ब्रह्म आहे, तो ब्राह्मण. और सभी ब्राह्मण है । बुद्धांनी हत्याराला दीक्षा दिली. सम्राटाला हे समजलं. सम्राट बुद्धांपाशी आला. हत्यारा कसा दिसतो हे पाहण्यासाठी. लेकिन तो तर आता भिक्षू झाला होता. बुद्धांच्या निकट बसला होता. सम्राट घाबरला. बुद्ध त्याला म्हणाले, ''घाबरू नकोस. त्यानं ब्रह्मत्व आत्मसात केलं आहे.'' हत्यारा दुसऱ्या दिवशी भिक्षा मागायला गेला. लोक घाबरले. उन्होंने दरवाजे बंद कर दिये। पत्थर फेके. बुद्धांनी त्याला विचारलं, 'तू हे सिद्ध केलं आहेस की तू ब्राह्मण आहेस; पण जेव्हा तुला दगड मारले गेले, तेव्हा कोणता भाव तुझ्या मनात होता?' तो म्हणाला, 'तुम्ही मला सांगितलं होतं की, मी ज्या हत्या करत होतो, ते एक स्वप्न होतं. त्या स्वप्नातून तुम्ही मला जागं केलंत

आणि मला माझी ओळख झाली. ते जे दगड मारणारे आहेत, ते अजून स्वप्नात आहेत. त्यांचं स्वप्न अजून चालू आहे, बस, इतकंच!' माझं स्वप्न संपलं आहे परीक्षित. तुम्ही सगळे स्वप्नात आहात. आज त्या चोराचे हात वाचले. तो स्वप्नातून बाहेर आला आहे.''

''मीही गुरुकुलात यायला हवं होतं क्रांतिवीर...''

***

तो योग्य न्याय-निवाडा करू शकतो हे त्याला प्रथमच समजलं. त्याला आता फुरसत नाही. राजे पिताश्री नाराज असतात याची दखल तो आता घेत नाही. एक अनोखा विश्वास त्याच्यात निर्माण झाला आहे. प्रजाही त्याची तारिफ करते, हे तो जाणून आहे. तो त्यांचा भावी राजा आहे आणि तो हे सर्व करतो आहे ते केवळ देवीमाँला तिचं हरवलेलं स्थान, तिचा त्याच्यामुळे हरवलेला मान वापस मिळावा म्हणून. त्यानं बीनला स्पर्शही केलेला नाही. राजमहाल सुना झाला आहे. लेकिन तो राह बघत आहे. त्याची जबाबदारी पूर्ण करण्याची, होण्याची. आता त्याला डर नाही. राजे पिताश्रींचीही नाही. कारण तो जाणतो आहे की, तो सही काम करतो आहे.

आणि आता त्यानं त्या शिवाला रवाना केलं आहे- जेहेरुन्निसा, दुरख्श खाँ साहिब आणि गुरुजींचा पत्ता लावण्यासाठी.

आजच शिवा रवाना झाला आहे. तो अकेला त्याच्या दालनात आहे. तो त्याच्या दालनात एकटाच असतो. नक्षीदार, कोरीव काम केलेली ती चौकट आणि त्यात बसवलेले तावदान त्याला दालनाच्या बाहेरील दृश्य अव्याहत दाखवत असतं. भव्य कारंजं अहोरात्र- त्याला जाण आल्यापासून- नाचताना बघत आला आहे आणि सुरेख फुलांचे ताटवे, सर्व काही देखणं. चंद्र जेव्हा पूर्ण असतो तेव्हा त्याचं प्रतिबिंब कारंजाच्या सरोवरात चमचमत असतं. तो एकटाच असतो.

तो दालनातून बाहेर पडला आहे. कारंजापाशी, चंद्र मावळतीकडे गेला आहे कधीचाच. आता तर भोर होऊ लागली आहे. चित्रा तिष्ठत बसली असणार हे तो जाणतो. शिवा कधी वापस येईल? काय खबर आणेल?

त्यानं कारंजाला वळसा घातला आणि मी त्याच्या सामने उभा राहिलो.

''बस हो गया. पूरी रात सोये नहीं हो, अब चलो.''

''निंद हरवली आहे.''

''पुरी जिंदगी पुन्हा जगून आलास. अब काफी हो गया। शिवा येईल. तू तुझं काम करत राहा.''

मी त्याला घेऊन दालनात आलो. तो आणि मी एकरूप झालो. पूर्णपणे एकरूप. आता तो उरलाच नाही. तो 'मी' झाला.

***

''कब आँख लग गयी? सहज म्हणून बिछान्यावर आडवा झालो तर...''

''चित्रा ऽऽ''

''जी?''

''आमचा पेहराव काढून ठेव.''

''जी.''

''और... कुछ नहीं. जा.''

मी दालनाच्या कोपऱ्यात गेलो. बैठनवरून हात फिरवला. बीन घेतली आणि तिला नमन केलं. बहोत धूल थी। साफ केली। भार्गवीनं आश्रम सोडताना मला एक मखमली बैठन तोहफा म्हणून दिली होती. ती बैठन आज प्रथमच मी बीनवर चढवली. बैठन चढवताना काही तारा झंकारल्या आणि मी रोमांचित झालो. 'ये कैसी बेरुखी?' असा सवाल त्या तारा तर करत नसतील? मी शरमलो. जी जान से प्यारी माझी बीन आणि मी बेरुखी दाखवणार? कुणी स्वतःच्या जीवनाशी बेरुख होणार? नहीं. बस... सांस कुछ धीमी चल रही है, इतनाही। बडी सास लेनी है; पण त्यासाठी जरा वख्त आहे. मी बीनला माया केली. कोपरा साफ केला. मैंनेही करना चाहिये था। हे काम चित्राचं नाही. बीन ठीकठाक ठेवली कोपऱ्यात आणि वापस नमन केलं.

दरबार भरला होता. हमेशा की तरह. मी पुरा ध्यान देत होतो. खबरी काही बातमी घेऊन आलेत. ते डरे हुए...

''राजे महाराज, घात झाला. खान चढाई करतो आहे. त्यानं गावं लुटली. मंदिरं तोडली. पुढे येतो आहे.''

''राज्यात शिरतो आहे?''

''जी राजे महाराज, अजून राज्याच्या सीमेवर आला नाहीये; पण येणार. इंदोर लुटतो आहे.''

''सेनापती, आपले योद्धे तयार करा. दवंडी पिटवा. सेनेने हजेरी द्यायची आहे. दफ्तरदार, खलिता तयार करा. इंदोरचे महाराज राणा विशाल यांना पाठवा. आम्ही साहाय्य करत आहोत, हे नमूद करा. आता समय नाही. सज्ज व्हा.''

''आज्ञा.''

भरारा खलिते गेले. राज्यभर संग्रामाचे वारे वाहू लागले. खानाला कैचीत कसा धरायचा याचे मनसुबे तयार होऊ लागले. एक एक पथक दाखल होऊ लागलं. संग्राम घोषित झाला. राजमहालाला लागून तटबंदीच्या आतलं मैदान योद्ध्यांनी भरून गेलं. अभी तक जो सब ठीक था, वह अचानक बिखर गया।

मी युद्धास तयार झालो. देवीमाँचा आशिष घेण्यासाठी वर्दी पाठवली. देवीमाँ

स्वतः माझ्या दालनात आल्या.''

"यशस्वी व्हा.''

"आपले आशिष आहेत, तर यशस्वी होणारच. देवीमाँ एक अर्ज आहे. जर या संग्रामात आम्ही शहीद झालो, तर राज्यावर सरदार परीक्षित असू देत. आमच्या गैरहजेरीत आपल्या तख्ताला साजेसा असा तो एकमेव वीर पुरुष आहे. आमच्या ठिकाणी त्यांना मानावं, ही आमची आखरी ख्वाहिश आहे.''

"असं बोलू नका कुमार राजे. आमची आशा, ममत्व सिर्फ तुमच्यावर, तुमच्यासाठीच होतं आणि आहे.''

"संग्राम आहे; कुछ भी हो सकता है! लेकिन खान नामोहरम होईलच ही खात्री बाळगा. त्या खानाला आम्ही आमच्या बालवयातही बघितलं होतं. ते दृश्य आजही आम्ही विसरलो नाही आहोत.''

"क्रांतिवीर, आम्ही तुझी राह बघू.''

"नमन देवीमाँ.''

राजमहाल सोडण्याची घटका जवळ आली आहे. आश्रमातून राजमहालात आल्यानंतरचे सर्व प्रसंग नजरेसमोर तरळू लागले. मी खरंच जोडला गेलो आहे या राजमहालाशी? मी जोडलो गेलो आहे का राजे पिताश्रींशी? देवीमाँशी? नसावा. वरना राजमहालातून निघताना मी इतका शांत राहिलो नसतो. मी जोडला गेलो आहे सिर्फ माझ्या दालनाशी. या दालनानं मला साथ दिली. या दालनानं माझी तगमग बघितली. मी आशुफ्ता असताना मला आधार दिला. माझ्या वेदना या दालनाच्या पत्थरांना समजल्या. माझी बीन त्यांनीही ऐकली आणि माझे शब्द त्यांनी त्यांच्यात दडवून ठेवले.

असाच एक प्रसंग याद आला आणि मी हसू लागलो. राजे पिताश्रींनी आज्ञा दिली होती.

"कुमार राजेऽऽ''

"नमन राजे पिताश्री.''

"तशरीफ ठेवा. काही बोलायचं आहे.''

"आज्ञा.''

"कुमार राजे, तुम्ही तुमचं अध्ययन पूर्ण करून राजमहालात परतला आहात. आता तुमची उमर शादीची आहे. जमाना बदलला म्हणून तुमचं अध्ययन तुमच्या शादीच्या अगोदर झालं. लेकिन. आता जास्त थांबायचं नाही आहे. आम्ही तुमची शादी इंदोरचे राजे राणा विशाल यांच्या कन्येशी तय केली आहे.''

"लेकिन...''

"बेअदबी होत आहे. आम्ही तुमची मर्जी जाणून घेत नाही आहोत. ही आज्ञा आहे."

आणि मला जेहेरुन्निसाची याद आली होती. माझी शादी होणार? लेकिन... राजे पिताश्रींनी शादीचा उल्लेख वापस केलाच नाही. माझं बीन वाजवणं... अशा राजपुत्राला आपली कन्या कोण देणार, असा त्यांचा खयाल असेल.

आणि त्याच राणा विशाल राजांच्या राज्यात खान आत्ता धुमाकूळ घालतो आहे. राजमहालातल्या मैदानावरच्या छावण्या उठत आहेत आणि उद्या आखरी छावणी उठेल.

राजे पिताश्रींनी आज्ञा दिली आणि मी दालनातून बाहेर पडलो. राजमहालाच्या भव्य दारात देवीमाँ तबक घेऊन उभ्या होत्या. त्यांनी औक्षण केलं. हातावर दही ठेवलं. एकच कटाक्ष राजे पिताश्रींवर टाकला, लेकिन राजे पिताश्रींनी त्यांच्याकडे बघण्याचे प्रयासही घेतले नाहीत.

राजमहालाबाहेर पडलो. घोड्यावर मांड घातली. पथक निघालं. राजे महाराजांचा जयजयकार झाला. कुमार राजेंचा जयजयकार झाला. माझ्या नजरेसमोर मात्र देवीमाँची उदास मुद्रा होती. त्यांचे डोळेही अश्रूंनी भरले होते. 'देवीमाँ, वेदनेची ही आखरी रात असेल. हा क्रांतिवीर तुमच्या चेहऱ्यावर हसू फुलवेल. जन्म दिलात, त्याचे पांग फेडेल. चिंता नसावी.' मी निश्चय केला आणि माझा घोडा भरधाव सोडला.

संपूर्ण राज्यावर संग्रामाची छाया पसरली आहे. घराघरातून चिंता दिसत आहे की संग्रामावर जाणारा आपला पुत्र वापस येईल? आणि तरीही राज्यासाठी, स्वातंत्र्यासाठी हर एक घरातून कुणी ना कुणी या संग्रामात शामिल होत आहे. माझ्या सामने मात्र तो एकमेव संग्राम दिसतो आहे. कत्तल होणारा, रात्र रात्र चिता जळत ठेवणारा. मी थबकलो. वाटू लागलं- ये मैं क्या कर रहा हूँ? का जायचं? का मारायचं? नाही मारलं तर ते मारतील म्हणून? 'अमित्रो दण्डनीत्यामायत्तः! शत्रू दंडनीतीनंच स्वाधीन ठेवता येतो. गुरुजी, हत्या करायची आणि तोच एकमेव दंड! का? तर आमच्या राज्यात त्यानं पाय ठेवला. हे राज्य सच में आमचं असतं? उद्या आम्ही नसू, तर मग हे राज्य कुणाचं? खानही उद्या नसेल, तर उसने क्या पाया? नहीं. मला कुणाला मारायचं नाही. मी हत्यारा नाही. हे हात तर सुरेल बीन वाजवतात. जीवन निर्माण करतात. त्या हातांनी जीवन हिरावून घ्यायचं? नहीं, मी घोडा वळवला आणि मला राजे पिताश्री दिसले. त्यांच्या डोळ्यांत आत्ताही त्या दोन ठिणग्या आहेत? त्यांनी देवीमाँचा त्याग केला आहे. देवीमाँ खऱ्या एकट्या आहेत. त्यांना त्यांचा अधिकार मिळायला हवा. नहीं, मैं अब लौट नहीं सकता। मला पुढेच जावं लागेल.

***

जागोजागी छावण्या पडल्या आहेत. खबरे खानाची खबर घेऊन येत आहेत. राणा विशाल राजे खानाला नामोहरम करण्यासाठी झटत आहेत. 'अरिप्रयत्नमभिसमीक्षेत' शत्रूंच्या हालचालींवर नीट नजर ठेवावी. गुरुजींनी ज्ञान दिलेलं ते याद येत आहे. ते अध्ययन आता कामी येणार आहे.

मसलत आखली जात आहे– कुणी, कसं, कुठून जायचं, हल्ला कसा करायचा... मी छावण्यांचं निरीक्षण करत होतो. योद्धे सराव करत होते. मी आगे जात राहिलो आणि थबकलो. अश्रेय, दैविक, एकाक्ष...! मुझसे रहा न गया।

"एकाक्ष..."

"नमन कुमार राजे."

"कुमार राजे? अरे मी क्रांतिवीर... दैविक, अश्रेय..."

"कुमार राजे."

"पुरे. मी क्रांतिवीर आहे. तुमचा क्रांतिवीर. तुम्हांला भेटून मला किती खुशी होत आहे, कह नहीं सकता."

आनंदानं आम्ही मिठ्या मारल्या. मला माझं हरवलेलं प्रेम मिळालं. मैंने तो सोचाही न था।

"बाकीचे सगळे कसे आहेत? कुछ पता है उनका? तपन, कान्नेन, चिदात्मा, मरुत, रुद्र, सोम और श्रेभ्य?"

"श्रेभ्य नाही माहीत; पण बाकीचे येणार आहेत छावणीत. तसा खलिता आला आहे."

"आणि... गुरुजींची काही खबर?"

"नाही. ते राजमहालात आले होते ना?"

"होय."

"पण मग आश्रमात आलेच नाहीत. आम्हाला वाटलं ते राजमहालातच आहेत, तुझ्याबरोबर."

"होते, लेकिन...! तुम्ही आश्रमात होतात?"

"होय. शिष्य आहेत गुरुकुलात. अध्ययन घ्यायचं होतं त्यांचं. गुरुजी राजमहालात जाणार होते. त्यांनी आज्ञा दिली तसे आम्ही सगळे गुरुकुलात आलो आणि हा संग्राम जाहीर झाला. दवंडी ऐकली आणि..."

"गुरुजी आश्रमात नाहीत? बडे उस्ताद? ते आहेत?"

"तेही नाहीत, पण ते येणार होते."

"भार्गवी? झनीमाई?"

"दोघी आहेत. श्रेभ्य गुरुजींसाठी आश्रमात आहे थांबलेला. ते आले तर श्रेभ्यही

येईल; पण केव्हा, ते माहीत नाही.''

"ठीक. आपण उद्या भेटूच. मी बाकीच्या छावण्या बघतो आता.''

"क्रांतिवीर, तू मित्रच राहिलास आमचा. बदलला नाहीस.''

"   "

"कुमार राजे, जयजयकार!''

सगळे ओरडले. मी हसलो. आभाळाकडे नजर गेली. या शांत, निरभ्र आभाळाखाली उद्या काय घडणार आहे? काय आहे विधिलिखित? हजारो योद्धे त्यांची शस्त्रं सिद्ध करत आहेत. त्या शस्त्रांना उद्या एकच रंग दिसणार आहे- 'लाल.'

मी वापस आशुफ्ता झालो. चकाकणारी पाती मनावर दडपण आणत होती. बडे उस्ताद हवे होते आत्ता. एखादी सरगम त्यांनी सांगितली असती. मन शांत झालं असतं. 'झाला' वाजवला असता. अथवा एखादा आलाप-जोड! अथवा लाग-डाट सा, रे म प, प म प ग ऽ सा रे म प, रे म प ध म प ग रे म प, म प नि ध प, म प ग सा रे म प, सा ऽ रे म प...

"कुमार राजे, राजे महाराजांनी आज्ञा दिली आहे.''

तारच तुटली. सूर बेसूर झाला. मी संग्रामासाठी इथं आहे, याचं भान आलं.

"चला.''

मी राजे पिताश्रींच्या शामियानाकडे जात आहे. स्वर विरघळून गेले आहेत आणि आता कानांवर केवळ तलवारींचा खणखणाट आणि घोड्यांच्या टापांचे आवाज...

हा संग्राम आहे.

***

श्रेभ्यला बघितलं आणि मला सहारा मिळाला.

"श्रेभ्य ऽऽ'' मिठीच मारली.

"गुरुजी आश्रमात आले?''

"होय क्रांतिवीर.''

"कसे आहेत? कुठे होते? मला न भेटता राजमहालातून का गेले?''

"त्यांना जावं लागलं. तशी आज्ञाच झाली होती.''

"ते माझ्यावर खफा असतील.''

"नाही. तुझ्यावर कुणीही खफा नाही. 'तू खरा फनकार आहेस- सच्चा,' असं गुरुजी सांगत होते. 'फार धैर्य लागतं तू जे केलंस ते करण्यासाठी,' असंही म्हणाले.

त्यांना रातोरात राजमहाल सोडावा लागला याचं वैषम्य नाही वाटलं. त्यांना वैषम्य वाटलं की तुझी कला, तुझा आत्मा प्रत्यक्ष जन्मदात्याला आकलन झाला नाही याचं. त्यांनी वर्णन करून सांगितलं. अभिमानानं सांगितलं की, तू तुझ्या आत्म्याशी प्रतारणा करत नाहीस आणि हे सर्व त्यांनी बडे उस्तादांनाही सांगितलं.''

''बडे उस्ताद? तेही आश्रमात आहेत?''

''होते. आता ते काशीला गेले आहेत, पण येतील पुन्हा.''

''इतके दिवस गुरुजी कुठे होते? मी शिवाला त्यांचा शोध घेण्यासाठी पाठवलं होतं.''

''क्रांतिवीर, शिवाच त्यांना आश्रमात घेऊन आला.''

''सच?''

''होय. पौर्णिमेच्या आदल्या दिवशी. गुरुजी खंगले आहेत. हिमालयात होते. शिवानं त्यांना ओळखलं. कसं, ते माहीत नाही. त्यांची सेवा करत, डोलीतून प्रवास करत त्यांना आश्रमात घेऊन आला. झनीमाई आणि भार्गवी त्यांची काळजी घेत आहेत. चिंता नको. ते बरे होतील.''

''हिमालयात का गेले?''

''ते काही सांगत नाहीत.''

''आणि जेहेरुन्निसा, दुरख्शा खाँ?''

''मिठागंज सोडून गेले रहमत खाँ.''

''क्यूँ?''

''ते घर आता रिकामंच असतं.''

''तू गेला होतास?''

''एकदाच. एका शिष्याला घोडेस्वारी शिकवताना. मिठागंजमधले सांगत होते, जेहेरुन्निसा परत आलीच नाही. रहमत खाँ आणि त्यांचा परिवार मिठागंज सोडून गेले.''

''म्हणजे आता ते कधीही भेटणार नाहीत...''

''   ''

''ये सब मेरी वजह से...''

''नाही, क्रांतिवीर. तू कशालाच कारणीभूत नाहीस. गुरुजींनी तुला निरोप दिला आहे.''

''सांग श्रेभ्य.''

''फनकारानं आपलं मन कधीही हरवायचं नसतं. भावना जपायच्या आणि गुरूला दिलेला शब्द मोडायचा नाही.''

''शब्द?''

"तुला गुरुदक्षिणा द्यायची आहे अजून."

"गुरुदक्षिणा?"

"बडे उस्तादांची गुरुदक्षिणा."

"याद आली."

"गुरुदक्षिणेशिवाय तुझं ज्ञान अपुरं आहे क्रांतिवीर."

"होय. मी गुरुदक्षिणा देणार आहे."

"चल, प्रार्थना करू."

    'शरीरं स्वरूपं यथा वा कलत्रं
    यशश्चारू चित्रं धनं मेरुतुल्यम्
    मनश्चेन्न लग्नं हरेरङ्घ्रिपद्मे
    ततः किं ततः किं ततः किं ततः किम्।।

पंधरा

गुरुरादिरनादिश्च गुरुः परमदैवतम्
गुरोः परतरं नास्ति तस्मै श्री गुरवे नमः।।

मी मनातल्या मनात गुरुजींना नमन केलं आणि अश्वारूढ झालो. घोड्याला टाच दिली. छावणी पीछे राहिली. मी, माझ्यासोबत पथक, मसलतीप्रमाणे आम्ही आगे बढत होतो. मजल दरमजल करत खानाच्या निकट जात होतो. आता सर्वांना स्फुरण चढलं होतं. नजरेसमोर सिर्फ खान होता. आता कुणाचीच याद नव्हती. सिर्फ हमला! 'जीत हो जीत' असे नारे लावत पथकं हमला करायला उत्सुक होत होते. राजे पिताश्री काही खास माणसांसोबत डेरेदाखल झाले होते. परीक्षित सर्वांच्या पुढे होता. तो सेनापती होता. दुसऱ्या पथकाचा सेनापती मी होतो. तिसऱ्या पथकाचा सेनापती मी श्रेष्यला केलं होतं. राजे पिताश्रींचा आशिष घेऊन आम्ही खानाला नेस्तनाबूत करायला निघालो.

आणि खानाशी गाठ पडली. रणशिंग दुमदुमली. खान सावध नव्हता. वह डर गया. आम्ही हमला करू ये उसने शायद सोचा ही न था। लेकिन त्यानं सावरलं. त्याची फौज सामने आली. आणि मग दिनभर चीत्कार, आरोळ्या, खणखणाट, बाणांचा वर्षाव, घोड्याचं खिंकाळणं... चकाकणाऱ्या तलवारी रक्तानं माखल्या.

"हा संहार! नहीं! माझी मांड सैल झाली. तलवारीवरची पकड ढिली पडली. नजरेसमोर तीर लागलेला तो घायाळ पक्षी आला. नजरेसमोर अंधारी छा गयी."

"क्रांतिवीर ऽऽ सावध..."

कुणीतरी ओरडलं. एवढ्या हलबल्यातून तो आवाज पोहोचला तरी कसा? कोणी आवाज दिला? मी सावध झालो. सूर्य अस्ताला जात होता. एक दिवस रक्तानं माखून ढलत होता. युद्ध थांबलं.

मी थकलो होतो. माझ्या छावणीत अकेला. कुणीही नको आहे आत्ता मला.

आँखे बंद करून पडलो. लेकिन तेच दिसत राहिलं. हत्या, आक्रोश, वेदना.

"कौन?"

"शिवा, कुमार राजे."

"शिवाऽऽ! तू कधी आलास?"

"सांजच्याला."

"शिवा, आजन्म ऋणी आहे हा क्रांतिवीर तुझा."

"लाजवू नका. तुमी माझे मालक."

"नाही रे. गुरुजी ठीक आहेत?"

"जी. खलिता धाडलाय तुमच्यासाठी."

"खलिता? दे; आधी दे."

"बाळ क्रांतिवीर

अनेकानेक आशीर्वाद,

तू युद्धावर आहेस. मी जाणतो 'युद्ध' हा तुझा स्व-भाव नाही. 'हंसः प्रेतवने न रमते' अर्थात् हंसाला स्मशानभूमीत राहणे आवडत नाही. तू हंस आहेस. तुला ते रणांगण म्हणजे स्मशानभूमीच वाटत असणार. पण तू एक राजपुत्रही आहेस. एकाच व्यक्तीत ही अजब सांगड परमेश्वरानं घातली आहे. तू भावुक आहेस; पण दुबळा नाही आहेस, हे लक्षात ठेव. 'साहसेन कार्यसिद्धीर्भवति' अर्थात् साहसानंच कार्य सिद्धीस जातं आणि तू तुझं कार्य सिद्धीस नेशील, याची मला खात्री आहे.

यशस्वी भव!"

मी शांत झालो. मनाची चलबल खत्म झाली. मी गुरुजींना नमन केलं. शिवा माझे पाय दाबत बसला. मी निद्राधीन झालो.

"मारा."

"या अल्लाह"

"हमला ऽऽ"

"जीत ही जीत ऽऽऽ"

संपूर्ण पृथ्वीला जणू एकच रंग, आसमानाचाही एकच रंग... रात्रीचाही एकच रंग, चितेचा रंग, हर जगह... आग ही आग... ज्वाळा आसमंताला व्यापून टाकत आहेत. माझं कोमल मन जळतं आहे. करपलं जात आहे. कुणाचे पिता, कुणाचा भाई, कुणाचा मुलगा युद्धात कामी आला आहे. खोज रहे है वह – कलेवर मिळतंय

का? मांसाची, रक्ताच्या जळण्याची दुर्गंधी दूरवर पसरत आहे. खाना खा नहीं सकते। शांती से जी नहीं सकते और मर भी नहीं सकते।

दूरवरून आवाज येतो आहे. बांग...

अल्ला हो अकबर अल्लाहा

अल्ला हो अकबर...

रात्री देर तक राजे पिताश्रींच्या छावणीत मसलती आखल्या जात आहेत. खलबतं... 'मन्त्रमूलास्सर्वारम्भाः' – अर्थात् राजाच्या सर्व मसलती गुप्त खलबतावर अवलंबून असतात. 'मंत्ररक्षणे कार्यसिद्धीर्भवत्' अर्थात् मसलत गुप्त राखली तरच कार्यसिद्धी होते.

छावणीत जे जे हजर असतात ते मसलत गुप्त राखणारेच असतात. दगा न देणारे... राणा विशाल राजेंकडे खलिते ने-आण करणारे... खानाच्या सेनेला बगल देऊन जाणारे-येणारे. खान नामोहरम होत चालला आहे. विजय दृष्टिपथात येतो आहे. और शायद तीन या चार दिन...! खानाची रसद तुटली आहे.

'जीत ही जीत.'

रणशिंग, घोड्यांच्या टापा, धुराळा, खणखणाट, तीर, आरोळ्या, वेदना. आज राजे पिताश्री स्वतः रणांगणावर हजर आहेत. आपल्या सैन्याचा पराक्रम बघण्यासाठी. खान कदम कदम पीछे हट रहा है। परीक्षित, श्रेभ्य, मरुत, रुद्र, सगळेच पराक्रमाची शर्थ करत आहेत. राजे पिताश्रींच्या चेहऱ्यावर हास्य आहे.

मी माझा घोडा दामटला. आगे और आगे, जो मार्गात येईल त्याला हटवत... खान जिकिरीचा, हार मानत नाही आहे. लढा देतो आहे. अल्लाह! करत, म्हणत त्याचे योद्धे त्वेषानं लढत आहेत. धुराळ्यानं अंधूक झालं आहे. एकच वार, माझ्या नजरेसमोर, कोणी केला? कुणावर? सपकन आवाज आला आणि मी दचकलो. माझ्या घोड्याच्या टापेपाशी एक रक्ताळलेलं मुंडकं – नहींऽऽ रुद्र ... मी पायउतार झालो. मी धावलो. नहीं...थांबा, थांबवा हे युद्ध. नको आहे... बस करा.. रुक जाओ.

आणि मला दिखाई दिले दोन डोळे... चितेच्या अग्नीपेक्षाही प्रखर दोन ठिणग्या...

***

"कायर..."

"आम्ही कायर नाही आहोत राजे पिताश्री..."

"हर एक योद्धा प्राणांची बाजी लावून युद्ध करतो आहे आणि तुम्ही ओरडता

आहात. थांबा, थांबवा हे युद्ध?''

"रुद्र, आमचे गुरू. त्यांनीच आम्हाला घोडेस्वारी, तीर कमानची विद्या दिली. त्यांचा शिरच्छेद. आमच्या पायाशी..."

"असे किती शिरच्छेद झाले... होत राहतील. जे कुणी आमच्या मातीत पाय रोवू बघतील त्यांची सजा एकच- देहदंड! भ्याड आहात तुम्ही. राजा, शूर राजा क्रांतिसेनाचा पुत्र, कायर... एकांत!''

मी राजे पिताश्रींच्या डेऱ्यातून बाहेर पडलो. मन विषण्ण झालेलं. नजरेसमोरून रुद्रचं रूप हटत नव्हतं. त्याच्या रक्ताची चिळकांडी आमच्या पेहरावावर आता सुकून कडक झालेली. त्याची ती सताड उघडी आँखें, वेदनेनं भरलेली, घोड्यावरून कोसळणारं धड... नहीं – हे युद्ध विनाश करतंय. हम कायर नहीं है, लेकिन एक जीता माणूस आहे. आश्रमात असताना रुद्रनंच मला ज्ञान दिलं. गुरुजींनी विश्वास दिला. मी कायर नाही! पण आता मी युद्ध नाही करू शकत. मी... मी हरलो, मी हरवलो.

चिता रचल्या जात आहेत. एका चितेवर किती शव...

"रुक जाओ..."

"कुमार राजे ऽऽ"

"हात लावू नका याला. याची चिता मी रचणार आहे."

"कुमार राजे, राजे महाराजांची आज्ञा..."

"ही आमची आज्ञा आहे. अग्नी आम्ही देणार आहोत."

"जी."

रुद्रची चिता रचली. श्रेभ्य, अश्रेय, चिदात्मा, एकाक्ष, तपन, कान्नेन, गिरिक, मरुत, सोम आम्ही चितेभोवती...

ओम त्र्यबकं यजामहे सुगन्धिं पुष्टिवर्धनम्
उर्वारुकमिव बंधनान्मृत्योर्मृक्षीय माऽ मृतात्।।

शिव म्हणजे श+ई+व. ई म्हणजे शक्ती. ती निघून गेली की, उरले श+व. आम्ही समस्त कीर्तिमान व महाशक्तिशाली रुद्राचे पूजन करतो. माळी जसे झाडाचे फूल, फळ तोडतो, तसा मृत्यू आमचे जीवन क्षणात नाहीसे करतो. त्या भयाण मृत्यूपासून मुक्त करून तो भगवान शिव आम्हाला मोक्ष प्रदान करो. रुद्र तुला मोक्ष प्रदान होवो.

यः कार्यं न पश्यति सोऽन्धः – अर्थात्, ज्याला आपलं कर्तव्य दिसत नाही, तो अंध समजावा. गुरुजी, मी काहीही विसरलो नाही आहे. कर्तव्य! राजपुत्र

असण्याचं कर्तव्य! मी पार पाडेन. मी कायर नाही, पण या हत्या...

'कायर'

आणि मला देवीमाँची मुद्रा आठवली. त्यांचं एकटेपण याद आलं. मी मलाच वादा केला होता की देवीमाँना त्यांचा अधिकार प्राप्त करून देईन. मी लढायला हवं. मी पुरुषार्थ दाखवायला हवा. मी जिंकायला हवं. तरच राजे पिताश्री वापस देवीमाँना त्यांचं स्थान देतील. मी लढेन.

रणशिंग वाजली.

आता हार नाही. खानाचा हा आखरी दिन. अजून हत्या होणार नाहीत उद्यापासून. उद्याचा प्रथम प्रहर शांत उगवेल. मी मसलत आखली. श्रेभ्य आणि इतर सगळे. माझ्या मसलतीनुसार...

संग्राम... जीत ही जीत... अथक... सकाळपासून शाम तक... कोई हटेगा नहीं... वार.... प्रहार... तीर... भेद – खानाची पीछेहाट. आणखीन पीछेहाट आणि उस तरफ से राणा विशालची सेना. आता खान नामोहरम. एकच वार, खटका.

रक्ताळलेला सूर्य अस्ताला जातो आहे. ''जीत ही जीत,'' ''जीत ही जीत'' कुमार राजे क्रांतिवीरांचा जय हो जय...

शामची लालिमा काळवंडत आहे. कुणी जखमी आहेत, कुणी मृत. खानाचं कलेवर बहोत पीछे है और मैं... मैं अपने पास आ रहा हूँ। राजे पिताश्री माझा इंतजार करत असणार. लेकिन मला आता काहीही नको आहे. आता देवीमाँला समजेल, एका षंढ पुत्राला तू नाही जन्माला घातलंस. तू एका पुरुषाला जन्म दिलास. बात खत्म हो गयी.

मी चालतोय. माझ्या छावणीच्या दिशेनं. मशाली पेटत आहेत... मी अडखळलो, कुणी योद्धा गतप्राण झालेला, वाकलो आणि स्तब्ध झालो. 'श्रेभ्य!' होय, श्रेभ्यच... चेहरा विद्रूप झाला आहे. लेकिन कोई ना पहचाने। मैं पहचानता हूँ श्रेभ्य... आता वेदना, दुःख गोठून गेलं सगळं.

मी माझी तलवार त्याच्या कलेवरावर ठेवली. आता मला तलवारीशी कुछ लेन-देन नहीं. माझा जिरेटोप त्याच्या मस्तकाला बहाल केला. आता मला जिरेटोपाचं... मी नव्हतोच कधी योद्धा. ही आभूषणं खऱ्या योद्ध्यासाठी असतात. माझं चिलखत... आधी का नाही दिलं तुला मी श्रेभ्य? का नाही दिलं? मी नजर टाकली. रणांगण म्हणजे रक्तामांसाचा चिखल...

श्रेभ्य, तुझ्यासाठी कोणती प्रार्थना करू? ती प्रार्थना अव्याहत... तुझं शरीर नष्ट झालं, तू मात्र चल, मेरे साथ. आता ते शरीर असंच राहू दे इथं. आपण जाऊ या. चल श्रेभ्य, भार्गवी वाट बघत असेल. गुरुजी राह बघत असतील आणि माझी

गुरुदक्षिणाही बाकी आहे. श्रेभ्य, चल.

मी आश्रमाच्या दारात उभा आहे. थकलेला. अथक प्रवास करत पोहोचलेला. दाराशी मी...

"क्रांतिवीरऽऽ"

"गुरुजी."

"भार्गवी, दूध घेऊन ये. केशरदूध आण."

"आज्ञा."

"क्रांतिवीर बाळ... दोन दिवसांनंतर शुद्धीत येतो आहेस. परमेश्वराची कृपा."

"गुरुजी ऽऽ"

"रडतो आहेस? घे रडून, मोकळा हो. खूप सहन केलंस, खूप ऽऽ! पण आता तू इथं आहेस. आम्ही आहोत तुझ्याजवळ. घे, दूध घे. उपाशी आहेस, न जाणे किती दिवसांचा... भार्गवी याच्यासाठी वस्त्रं काढून ठेव. जरा बरं वाटलं याला की उन पाणी घेऊन ये. याच्या जखमा पुन्हा स्वच्छ करायला हव्यात. पडदा बाजूला कर. स्वच्छ हवा येऊ देत. मंदिरात जा. दिवा लाव. झनीमाईला साजुक तुपातला शिरा करायला सांग. पंखा घेऊन ये. त्याला वारा घालायचा आहे. नैवेद्य तयार करायला सांग. आश्रमात सर्वांना सांग क्रांतिवीर शुद्धीत आला आहे."

"होय गुरुजी, सर्व करते."

"नाही भार्गवी, यातलं काहीही करू नकोस."

"का?"

"गुरुजी, रुद्र आणि श्रेभ्य... नाहीत आता."

"काय?"

"होय भार्गवी... होय. दोनों खो गये, हमेशा हमेशा के लिये..."

"वीर मरण आलं ना त्यांना? मुक्त झाले! गुरुजी, मी आपल्या सर्व आज्ञा पूर्ण करेन. येते मी."

मी आता बरा होत होतो. स्वतःची कामं स्वतः करू लागलो होतो. गुरुकुलात नेहमीसारखी प्रार्थना होत होती.

गृह शांतीः
आंतरिक्ष शांतीः
ऋदिवे शांतीः
आप शांतीः

औषधय शांतीः
वनस्पतय शांतीः
विश्वेदेवाहा शांतीः
तामस शांतीः
क्रोधः शांतीः
ब्रह्म शांतीः
सर्व शांतीः
शांतीदेव शांतीः
सामःशांती भे भी

"क्रांतिवीर..."

"काय झालं भार्गवी? एवढा दम का लागला आहे?"

"क्रांतिवीर. अश्रेय आणि मरुत आले आहेत. ते ते..."

"बोल. नको मीच येतो. कुठं आहेत?"

"गुरुजींच्या कुटीत."

"चल."

"अश्रेय ऽऽ मरुत ऽऽ"

"अं?"

"काय झालं? तुम्ही असे का बघताय? तुम्ही आलात. मला..."

"गुरुजी, हे काय आहे?"

"क्रांतिवीर, ये. आसन घे. बैस. शांतपणे ऐक."

"जी."

"उद्या राज्यभर दवंडी होणार आहे. कुमार राजे क्रांतिवीर यांना वीरमरण..."

मी हसू लागलो. बहोत हसी. बहोतही.

"क्रांतिवीर..."

"गुरुजी, माझी सुटका झाली. मी स्वतंत्र आहे आता. हे खरं स्वातंत्र्य..."

आणि मी गंभीर झालो. खिन्न झालो.

"नीट सांग."

"गुरुजी, युद्ध संपलं. खान नामोहरम झाला. वीरगती त्यालाही प्राप्त झाली. मी माझ्या छावणीत परतत होतो. मी अडखळलो. एक कलेवर होतं. वाकून बघितलं. त्या कलेवरच्या हातात एक कडं होतं. मी त्याचा चेहरा बघितला. पहचानना नामुमकीन था, लेकिन ते कडं. झनीमाईनं आणलेलं. श्रेय्यला दिलेलं,

साधं तांब्याचं. तो श्रेभ्य होता. मी खचलो. मी हरलो. त्या वीराला मी माझी तलवार दिली. माझं शिरस्त्राण अर्पण केलं आणि घोड्यावर मांड घातली. अथक इथं आलो.''

''क्रांतिवीर, मोठ्या शाही इतमामात त्याचे अंत्यविधी केले गेले. राजे महाराज आक्रोश करत होते. देवीमाँ बेशुद्ध झाल्या. राजे महाराजांनी त्यांना सावरलं. हजारो माणसं होती. नमन करायला आली होती. शेवटचा निरोप द्यायला. आम्हीही होतो. वाटलं, हरवलं आम्ही सर्व काही. गुरुजींना ही दुःखद वार्ता द्यायला आलो. उद्यापासून दहा दिवस सर्व कारभार बंद असणार आहे.''

''माझा भाऊ खरंच नशीबवान आहे. बेवारस मुलं आम्ही. गुरुजींनी माया दिली. मोठं केलं, संस्कार दिले. झनीमाईनं आईचं प्रेम दिलं आणि आता? आता श्रेभ्यला वीरमरण आलं आणि त्या मृत्यूनं त्याला ओळख दिली. जन्मानं ओळख नाही दिली, पण मरणानं ओळख दिली. गंमत आहे ना! जन्मही खोटा आहे आणि मृत्यूनं दिलेली ओळखही खोटी. तरीही त्याचं मरण, शाही इतमाम...! क्रांतिवीर हे तुझ्यामुळे. तू त्याला ओळखलंस म्हणून झालं. नाही तर त्याचा देहही इतर अनेक मृतांसोबत... त्याच्या जन्मासारखाच... अनोळखी राहिला असता.''

''भार्गवी ऽऽ''

''मी तृप्त आहे क्रांतिवीर. मी तृप्त आहे.''

***

ही पहाट! मला गुरुकुलातली माझी पहिली पहाट याद आली. विहिरीमधलं थंडगार पाणी. माझ्या जखमा बऱ्या झाल्या आहेत, शरीरावरच्या. मनावरच्या जखमा कधी भरून येतील? नहीं कहा जा सकता. मी ओहोळापाशी गेलो. मी वाकून बघितलं. लेकिन अजून तसा अंधार होता. मी मला दिसलो नाही. पाणी आजही माझा चेहरा घेऊन वाहत गेलं, असा भास मला झाला आणि आता मला चेहरा आहेच कुठं? तो क्रांतिवीराचा चेहरा, वह तो शहीद हो गया. मी देवीमाँला सांगितलं होतं – अगर मी युद्धात शहीद झालो, तर परीक्षितला तख्तावर बसव. सच में असं होईल?

ओहोळाच्या वाहत्या पाण्यात मी पाय बुडवले. थंडगार! त्या स्पर्शानं बधिर झालो. पक्ष्यांनी गायला सुरुवात केली. मी त्यांना शोधू लागलो. वृक्षांच्या पानामागून त्यांचा आवाज येत होता. मी तिथंच पसरलो. खुला आसमान! बहोत दिन के बाद खुला आसमान दिसत होता. आभा पसरू लागली. क्रांतिसेन...! ''श्रेभ्यऽऽ!'' नहीं. मला भास झाला. होतो आहे. श्रेभ्य कधी येणार नाही. भार्गवी! मुझे माफ करना। आणि मी रडू लागलो. इतना रोना...! इतने आँसू! हे कुठं होते आत्तापर्यंत? मन

आशुफ्ता होऊ लागलं. बेचैन, तगमग, या आश्रमातले श्रेभ्यच्या संगतीतले इतने साल... श्रेभ्य...

"काही ऐकव ना–"

"तू ऐकणार श्रेभ्य? बडे उस्तादांनी आजच नया ख्याल शिकवलाय."

"ऐकव..."

श्रेभ्य, ऐक ना. मी तुला ऐकवतो. सुनो ये ठाठ...

"थांब जरा, एक रपेट घेऊ आधी."

"नहीं."

"क्रांतिवीर, गुरुजी नाराज होतील."

श्रेभ्य ही सरगम तेरे लिये-

सा ऽ   नि रे गं, नि म म, ग रे सां

        नि ध म ध नि ध म ग रे सां

        ग ग म ध म ध सां ऽऽ

        नि नि रे नि रे ध म ध म ग

        रे रे ग म म नि ध म ग रे सा

बीन कहाँ है?

"क्रांतिवीर..."

"भार्गवी, तू?"

"तू इथंच असणार आणि मीही तुला शोधत इथंच येणार."

"बीनची बैठन काढून ठेवली आहे. चलतोस ना?"

"भार्गवी, मी आत्ता..."

"ऐकलं."

"स्वर आवडले तुला?"

"फार उदास आहेत रे."

"बीन हवी आहे."

"......"

बीन – स्वर उमटत राहिले. कितीतरी वेळ. मैं खो गया था। मी नव्हतोच. होती केवळ बीन आणि माझे हात. माझे तरी हात कसं म्हणू? कोई था जो मेरे हात थामे बीन बजा रहा था...

"मर्हबा, मर्हबा..."
बडे उस्ताद?
"बेटा, तूने तो कलेजा चीर डाला।"
"बडे उस्ताद, सलाम।"
"सलाम नहीं बेटा, गले लग जाओ। रुलाया तूने आज!"
"आपका रहम।"
"नहीं. मेरा नही. परमात्मा, ईश्वर, अल्ला, जे म्हणशील ते... त्याची मेहेरबानी. बेटा. कौनसा राग है ये?"
"नहीं जानता।"
"कहाँ सिखा?"
"कही नहीं।"
"कहीं तो सुना होगा।"
"हां, सुना... वेदनेत, दुःखात, अकेलेपन में..."
"मर्हबा, वाहवा!"
"तो इस राग का नाम?"
"......"
"सोचो, बेटा।"
"राग विशाद."
"बहोत खूब. गुरुदक्षिणा दिलीस शागिर्द! मिल गयी गुरुदक्षिणा और आप खुद गुरू हो गये हो."
"बडे उस्ताद!"
"बडे आलिम! आप आज से, अभी से बडे आलिम करके जाने जाओगे शागिर्द!"
"यह तो सबसे बडा तोहफा है! लेकिन माफी!"
"क्यूँ?"
"मैंने बीन ली आपकी।"
"वह भी आपकी है बडे आलिम।"
"नहीं. आप मुझे शागिर्द ही कहे।"
"तोहफा हो तो कबूल होना चाहिये. हा तुझा सन्मान आहे शागिर्द."
"जी।"
गुरुजी, शिष्य, झनीमाई, भार्गवी सगळ्यांच्याच डोळ्यांत पाणी होतं. मी बडे उस्तादांच्या चरणांवर मस्तक ठेवलं.

“शागिर्द, तुला राजमहालात जायचं नाही?”

“नाही बडे उस्ताद. मी माझा आत्मा सोडून जगू शकत नाही. मी माझं कर्तव्य पूर्ण केलं. राजे पिताश्रींनी देवीमाँचा स्वीकार केला. अब कोई चाह नहीं.”

“तर मग क्रांतिवीर...”

“गुरुजी क्रांतिवीर शहीद झाला आहे. आता आहे तो केवळ हा आलिम.”

“पण बाळ...”

“गुरुजी आपणच ज्ञान दिलंत. ‘सत्यं स्वर्गस्य साधनम्’ अर्थात् सत्य हे स्वर्गाचं साधन आहे. माझं सत्य म्हणजे ही बीन, संगीत. आणि त्यातूनच, त्याच साधनांतून स्वर्गाचं द्वार खुलं होणार आहे. राजे महाराजांना आणि राजमाता उत्कर्षादेवींना शूर रात्रपुत्र हवा होता. मिल गया उन्हें! आणि मला माझा स्वर्ग. माझं सत्य हवं होतं. ते मला मिळालं. आता छिनू नका.”

“नहीं, कोई नहीं छिनेगा. शागिर्द जा. विश्राम कर आता.”

“आज्ञा.”

“बडे आलिम, ओहोळ पार करून आलास ना?”

“भार्गवी, तू का आलीस ओहोळ पार करून?”

“झनीमाई वाट बघते.”

“का?”

“तिला बडे आलिमला काही द्यायचं आहे.”

“तू का मला बडे आलिम म्हणते आहेस?”

“खरं सांगू?”

“कहो।”

“श्रेभ्यच्या आठवणीमुळे तू अस्वस्थ होतास ना त्या दिवशी?”

“होय.”

“आणि त्याच्याच आठवणीच्या वेदनेतून...”

“राग विशाद निर्माण झाला.”

“मी त्यासाठी तुझे आभार मानायला आले. श्रेभ्यला तू अजरामर केलंस, वीर.”

“वीर?”

“तू माझ्यासाठी वीरच आहेस.”

“भार्गवी...”

“तुला सर्व समजतं ना रे?”

"होय भार्गवी. समजतं."

"मी, माझ्या भावना?"

"होय."

"आणि?"

"शब्द नकोतच भार्गवी..."

"तुझे हे डोळ्यांतले भाव जप, असेच..."

"होय... ते आता बिखरणार नाहीत. चल."

आम्ही हातात हात घालून ओहोळ पार केला. सामने झनीमाई होती. ती हसत होती. आम्ही हात सोडला नाही. ती पुढे आली. कुछ भी कहाँ नहीं उसने. माझा हात हातात घेतला. त्या रिकाम्या हातात तिनं तांब्याचं कडं चढवलं आणि तो हात तिनं भार्गवीच्या हातात दिला. पाठ फिरवून निघून गेली.

खुला आसमान, ओहोळाची झिलमिल, पक्ष्यांचं गाणं, पानांचं सळसळणं.

हा तर अनाहत नाद!

अनाहत नाद!

अनाहत!

◆

सत्य आणि स्वप्न यातला फरक जाणून न घेणाऱ्यांची गती गर्तेत जाणारी-जशी वैष्णवी, ह्या गर्तेतून वर येण्याची प्रबळ इच्छा वैष्णवीला होणं म्हणजेच तिची गती, एक-एक पायरी वर

एक पायरी वर

स्वाती चांदोरकर

मी नं, आज एका दारातून आत शिरले.
एकच पाऊल टाकलं आणि तशीच उभी राहिले.
ते उघडं दार इतकं सुंदर दिसत होतं की...
दाराच्या आतलं पाऊल पुन्हा बाहेर घेतलं.
उघड्या दाराची चौकट इतकी छान होती,
की मंत्रमुग्ध झाले. असं दार दिसायला हवं.

पण माणसं अधाशी असतात.
जरा फट दिसली, तरी धक्के मारमारून आत घुसतात.
आतलं सर्व काही ओरबाडून घेतात,
तरीही समाधान मिळत नाही. समाधान होत नाही.
मग दुसरी फट...!
असा अधाशीपणा मीही केलाच केव्हातरी.
आता मात्र सताड उघडं दार,
सहजी आत जाता येतंय, पण...
आपल्यासाठी एक दार उघडं आहे, हे बघूनच समाधान होतंय.

म.सा.प. पुरस्कार २०१४, पुणे मराठी ग्रंथालयातर्फे 'राजेंद्र बनहट्टी कथा पुरस्कार' २०१४ यांनी सन्मानित झालेला कथासंग्रह

आणि विक्रमादित्य हरला!

स्वाती चांदोरकर

राजा विक्रमादित्य आणि वेताळ यांच्या गोष्टी
अगदी लहानपणापासून आपल्याला सोबत करत आल्या आहेत.
प्रश्न विचारणारा वेताळ आणि उत्तर देणारा विक्रमादित्य.
आजही प्रश्न आहेत,
काळानुसार प्रश्नांचं स्वरूपही बदललेलं आहे
आणि त्यानुसार उत्तरंही.

परंतु ही उत्तरं म्हणजे प्रश्नांची समाप्ती नव्हे —
वेताळ आजही भेडसावणारे प्रश्न विचारत आहे.
विक्रमादित्य आजही उत्तरं देतो आहे.
पण उत्तरं देता देता विक्रमादित्य खचत जातो आहे.
आणि शेवटी हरतो आहे...

प्रश्न —
आता प्रत्येकाच्या मानगुटीवर आरूढ होऊन
नंगानाच करत आहेत....